அவன்! என்னவன்!

ஆர்த்திகா சுவேந்திரன்

aelay
publish

அவன்! என்னவன்!
கவிதைகள்
ஆசிரியர் : ஆர்த்திகா சுவேந்திரன் ©
முதல் பதிப்பு : ஆகஸ்ட் 2022
வெளியீடு : ஏலே பதிப்பகம்
5/175, பாத்திமா நகர், கூத்தென்குழி,
திருநெல்வேலி - 627104
தொடர்புக்கு : +91 9944992571

Avan ! Ennavan !
Poetry
by Aartheka Suventhiran ©
First Edition : August 2022

ISBN : 978-93-5533-468-8
Aelay Publish
Contact : +91 9944992571
Designed by : Aelay publish team

எந்தன் கற்பனைக் கனவானவனுக்குச்
சமர்ப்பணமாக
எந்தன் கிறுக்கல்கள்.....

காதல் என்ற அந்த ஈர்ப்புச் சொல் இன்றி இந்தப் பிரபஞ்சமே அசையாது என்பது வாழ்வியல் ரீதியாகவும் விஞ்ஞான ரீதியாகவும் பலரால் நிரூபிக்கப்பட்ட விடயம். அந்த வகையில் இலக்கியங்கள், கதைகள், கவிதைகளிலும் அழகியலாகவும் அவற்றைச் சிறப்பாகக் கொண்டு சென்று அவற்றை இலகுவாக விளங்க வைப்பதற்காகவும் காதலைப் பயன்படுத்துவது உண்டு.

அந்தவகையில் அன்றாட மனநிலைகளைக் காதலெனும் அலங்காரம் கொண்டு வெளிக் கொணர எண்ணிய போது வந்து உதித்த கிறுக்கல்களே இவை. இவற்றைக் கிறுக்கும் போதும் கிறுக்கியவற்றைப் பின்னர் வாசிக்கும் போதும் என்னால் உணர முடிந்த இதயத்தைத் தென்றலாக வருடிரும் இதமான அனுபவத்தை வாசிக்கின்ற அனைவராலும் பெற முடியும் என்ற நம்பிக்கையுடன் இந்தக் கிறுக்கல்களை அனைவரது பார்வைக்கும் கொண்டுவர விழைகின்றேன்.

நன்றி

ஆர்த்திகா சுவேந்திரன்,

இரண்டாம் வருட மாணவி,

மொறட்டுவைப் பல்கலைக்கழகம்.

(தொல்புரம் கிழக்கு, சுழிபுரம்.)

இனிமையான இரவு
எதுவென்றால்.....
நிம்மதியான உறக்கம்
எதுவென்றால்.....

அது உன் வார்த்தை
கேட்ட இரவு தான்!
உன் வார்த்தையின்
பின்வரும் உறக்கம் தான்!

பலநாட்களைத் திருடி
ஒரு நாள் கொடுக்கிறாய்!
அந்த ஒரு நாள்!
அந்த ஒரு வார்த்தை!
வாழ்தலின் முழுமை!!!

♥

இப்போதெல்லாம் முன்னர்போல்
இயல்பாய் இருக்கப் பிடிப்பதில்லை...

இப்போதெல்லாம் மௌனம்
வலி கொடுப்பதில்லை...

இப்போதெல்லாம் கண்கள்
ஊற்றெடுப்பதில்லை...

இப்போதெல்லாம் யாரோடும்
கதைக்கப் பிடிப்பதில்லை...

உன்னால் தான்!!!
உன்னோடும் தான்!!!

காதல் இல்லை!
நட்பும் இல்லை!
அறிவால் அறவும்
பெயரிடத் தெரியாத
பிடித்தம் என்பதன்
முழு ஆழம் நீ!!!

சொல்லிச் சொல்லி
உனக்குச் சலித்துப் போன
வார்த்தைகள் இன்னும்
உருண்டோடியபடி - எந்தன்
தொண்டைக் குழியினுள்.....

ஒற்றைப் புன்சிரிப்பில்
மறைக்கத் துடிக்கும்
வார்த்தைகள் அவை!!!
ஒற்றை நொடி தவறாமல்
மனதுக்குள் உரைக்கும்
வார்த்தைகள் அவை!!!

♥

எரிமலை நடுவில் புயலும்
எரியூட்டிய நினைவில் புனலும்
வரி வரியாய் புலம்பிய மனதில்
வர்ணத்தின் சாயலும்!!!

அமிலம் உண்ட இதயத்தைக்
காரம் கொண்டு இதமாக்கி
வற்றி வறண்ட உள்ளத்தில்
கொட்டித் தீர்த்த மழையும்!!!

அத்தனையும் என்னவன்
உன்னால்!!!
எத்தனையோ காலத்தின்
பின் நீ இட்ட ஒற்றை
விருப்பக் குறியீட்டால்!

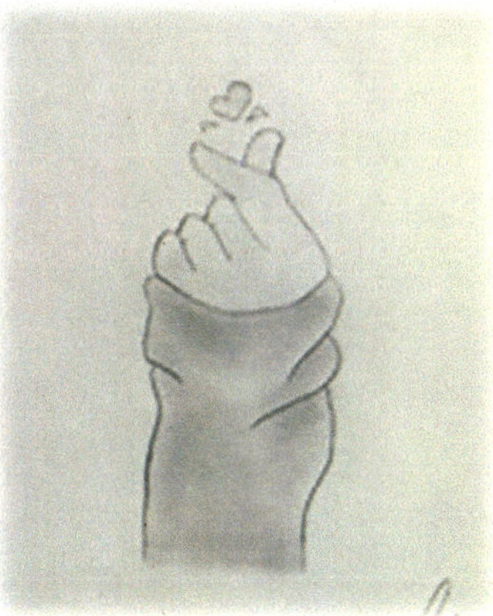

ஏதேதோ பக்கம் பக்கமாய்
கிறுக்கித்தான் பார்க்கின்றேன்!
கையெழுத்தை அழகாக்கி
முயன்று தான் தோற்கின்றேன்!

அத்தனையும் திருப்தியாய்
அமையவில்லை காண்கின்றேன்!
அடிமனதில் நீ இருப்பதால் தான் என்ற
காரணமும் உணர்கின்றேன்!

உந்தன் பெயரைவிட
இனிமையாய்.....
உந்தன் குரலைவிட
மென்மையாய்.....
உந்தன் அழைப்பைவிடச்
சிறந்தாய்.....

ஒரு கவி வடித்துவிட
இந்தக் கிறுக்கல்களின்
சொந்தக்காரி இவள்
எங்குதான் போவாளோ?....

போனால் கூட ஒன்றைக்
கண்டுபிடித்துத்தான்
விடுவாளோ?....

♥

நிலவு போல் நீயும்
ஒளித்து விளையாடுகிறாயா?...
நிலவு ஒற்றை நாளுக்கு
நீ எத்தனை யுகத்திற்கு?

நிலவு தெரிவது ஒன்றும்
புதிதில்லைத் தான்.....
நிலவுக்குத் தெரிவது தான்
புதிது.....

நிலவும் நாளுக்கு நாள்
ஒளியைக் கூட்டித்
தேடித்தான் பார்க்கிறது.....
சொல்லொண்ணா வலியில்
சிலவேளை தேய்ந்து தான்
வேகிறது.......

ஆமாம்!
நம்மைப் போலவே!
நிலவும்!.......
தேடுகிறது!
வேகிறது!
தேய்கிறது!
துணிகிறது !

மீண்டும்
தேடுகிறது........

நாளும் ஒரு புதுமையைத்
தேடிக் கொண்டிருக்கையில்.....

நாளுக்கு நாள் புதுமையாய்
வியக்கத் தான் வைக்கிறாய்!
திக்கித் திணறத்தான் வைக்கிறாய்!

♥

கனவுகளாய் வாழ்வாய்
கவிதைகளாய் வாழ்வாய்
நினைவுகளாய் வாழ்வாய்
நிதர்சனமாய் வாழ்வாய்

மறைக்கத் துடிக்கும்
ஒற்றைப் புன்சிரிப்பிலும்
மறைக்கத் துடிக்கும்
ஒரு துளிக் கண்ணீரிலும்
நீயிருப்பாய்!.....

நிச்சயம் நீயே இருப்பாய்!

உந்தன் முகவரி கேட்கையில்
அழுத்தமாய் சொல்லி விடுகிறேன்!

எந்தன் முகவரி கேட்கையில் தான்
ஏதேதோ உளறுகிறேன்.....
ஏதேதோ கிறுக்குகிறேன்....

நீ தான் வரவேண்டும் அதைச்
சரியாய் மீட்டுத்தர......

எந்தன் முகவரியைத்
தொலைத்தது என்னவோ
உன்னிடத்தில் தானே!

♥

உன்மேல் கொண்ட
பேரன்பு உன்னிடம்
கேட்கத் துடிப்பது
பெரிதாய் ஒன்றுமில்லை.....

சுயநினைவை இழக்கும்
இறுதி நொடியில்
குறைந்த பட்சமாக
உந்தன் ஒற்றைப் பார்வை!
அதிக பட்சமாக
உந்தன் ஒற்றை வார்த்தை!

மீண்டும் சுயநினைவை
மீளப் பெறும் அந்த
முதல் நொடியில்
குறைந்த பட்சமாக
உந்தன் ஒற்றைப் பார்வை!
அதிக பட்சமாக
உந்தன் ஒற்றை வார்த்தை!

ஆமாம்! தினம் தினம்
தூக்கத்தில் சுயநினைவை
இழந்த வண்ணம் தான்
இருக்கின்றேன்............

அதிக பட்ச ஆசையாவது!....
கடைசி அந்தக்
குறைந்த பட்ச ஆசையாவது!....
நிறைவேறாதா? என்ற
ஏக்கத்தில்.........
சுயநினைவை
இழந்த வண்ணம் தான்
இருக்கின்றேன்..........

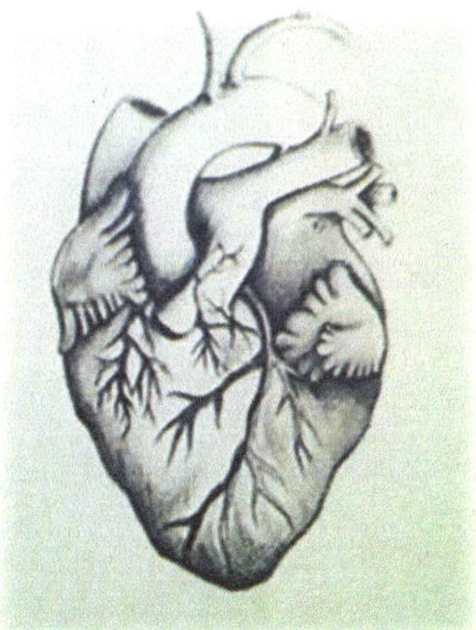

♥

வார்த்தைகளால்
பேரமைதி.....

மௌனங்களால்
பெரும் யுத்தம்.....

அமைதிக்குள்
சில இம்சை.....

யுத்திற்குள்
பல அஹிம்சை.....

உன்னிடம் தான்.....

அதுவும்
உன்னால் தான்.....

பத்துக்குள் பிடித்தமாய்
நின்ற மனம்!
நீ வந்ததும்
ஐந்துக்குள் தானாய்
சிறைப்படத்
திகைத்தேன்!!!!!

வேறெதுவும் இல்லை!

என்னுள் பாதி நீ தானே.....

அதனால் தான்
பத்தில் ஐந்தானாய்
எந்தன் அன்பே!.....

ஐந்தில் உயிரானேன்
எந்தன் உயிரே!.....

அழுது அடம்பிடித்த குழந்தையைப்
பள்ளிக்கு அனுப்பிவிட்டுத்
துடிக்கும் தாயைப் போல.....

அறுவடை செய்த பின்
சந்தையைத் தேடித்
தவிக்கும் விவசாயி போல.....

கணமும் துடிக்கத்தான்
வைக்கிறாய்!.....

ஒற்றைக் குறுஞ்செய்தியை
பார்த்துவிட்டாய் என்ற
நீல அடையாளத்திற்காய்!.....

பார்த்தாய் என்று
குதிப்பதா?......
பேசவில்லை என்று
தவிப்பதா?.......

விடை இல்லாத
வினாக்கள் இன்னும்
உலகத்தில் இருப்பதைக்
கண்டு கொள்வதும்
உன்னால்தான்!!!

வினாவையும்
நானே கேட்டு...
விடையையும்
நானே போட்டு...

உரையாடலையும்
நானே தொடக்கி......
நானே தொடர்ந்து.....
நானே முடிக்கிறேன்....

இடைவெளி நிரப்பிச்
சிறுவயதில் பழகியது
எவ்வளவு நல்லதாகப்
போய்விட்டது!.....

உன்னையும் வதைக்காமல்
என்னையும் வாட்டாமல்
நானே நிரப்பிக் கொள்கிறேன்
நீ பேச நினைப்பவற்றையும்
சேர்த்து.....

இறக்கி இறக்கி
அழித்தபடி!

உந்தன் பெயரின்
முதல் எழுத்துப் பொறித்த
அழகிய படங்களை

இதுவும் உன்னால்
தொற்றிக் கொண்ட
வியாதிதான் போலும்.....

இடைவெளி நிரப்பிக்
களைத்துப் போகையில்

இடைவெளி நிரப்பியது
போதுமென்று கூறி
நீயே பதிலுரைக்கும்
அந்த இடத்தில் தான்

மீண்டும் மீண்டும்
இந்தப் பேதை உள்ளம்
தோற்றபடியே......

இந்த உடைந்த இதயம்
புதிது புதிதாய்
உதித்தபடியே.....

வார்த்தைக்குப் பஞ்சம்!
உனக்கும் எனக்கும்
இடையில் மட்டும்......

அளந்து அளந்து
அளவு அளவாய்
சேமித்து சேமித்து
வைக்கிறாய் போலும்......

வார்த்தைகளை
வெளிவிட்டால்
குறைந்துவிடுமென
நீ நினைப்பதாலோ???

♥

நீ வார்த்தைகளைச்
சேமிக்கத் தொடங்கிதால்
என்னவோ

வழமையாகச் சரளமாகத்
தொடர்ந்து வரும்
என் வார்த்தைகளும்
வர வரக் குறைந்தபடியே......

வார்த்தை வறட்சி
வருமுன்னே!
வார்த்தை கானலாகிப்
போகும் முன்னே!

உந்தன் வார்த்தை
கொண்டு ஒரு
மீட்சி கொடுத்துவிடு!

இல்லையேல்!

பாவம் அந்த
நீலப் பேனா!.......
உனது பெயரை
எழுதியதோடு மட்டுமே
அதன் ஆயுள் முடிந்துவிடும்......

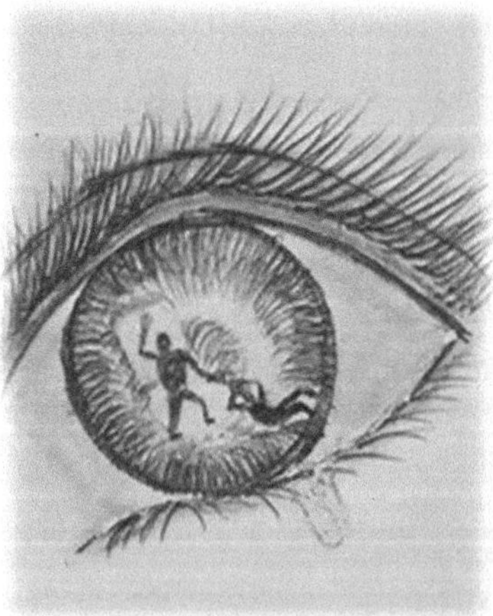

'நேரம் இருக்கேக்க
என்னோட கதையன்'
என்பதில் அந்த
'நேரம் இருக்கேக்க'
என்பதை மட்டும்
மெதுவாகவே
சொல்கிறேன்.......

ஆனால் நீயோ
அதை மட்டுமே
எடுத்துக் கொள்கிறாய்......

அழுத்திச் சொல்லும்
'என்னோட கதையன்'
என்பதை விட்டுவிடுகிறாய்......

நீ பதிலளிக்கப் போகும்
ஒற்றை வார்த்தைக்காய்
தினமும் புதிது புதிதாய்
ஒன்றை உருவாக்குவதற்குள்
விடிந்தே போய் விடுகிறது!.....

உனக்கும் என்னைப் போல
'சாப்பிட்டியா? தூங்கினியா?' என்ற
பாரம்பரிய வார்த்தைகளில்
பிடிப்பற்றுப் போனது போலும்....

வேடிக்கை என்னவெனில்
எனக்கும் பிடிக்காததாய் இருந்தது
பிடித்தமாய் மாறிப் போக
உனக்கும் பிடித்ததாய் இருந்தது
பிடிக்காததாய் ஆகியது தான்......

இது தான் அன்பே!
நான் நீயாகவும்
நீ நானாகவும்
மாறியதற்கான
சான்று போல......

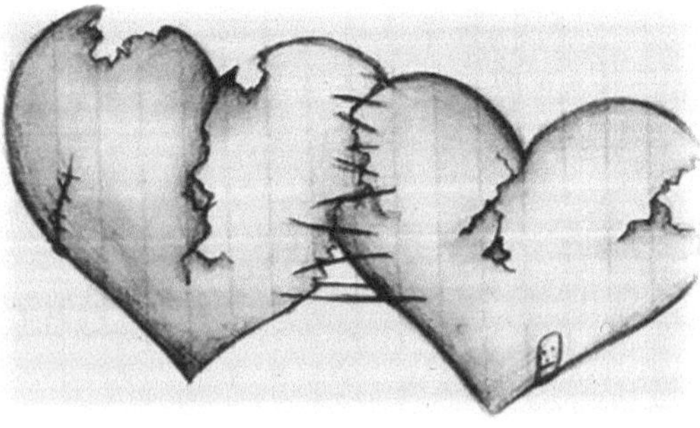

நீ கூறிய அதே வார்த்தைகளைத்
திருப்பிக் கூறிப் பார்க்கையில் மிகவும்
சலித்தபடியே வெளியேகிறாய்...

உனக்குச் சலிக்கும் வார்த்தைகள்!
அன்று எனக்கு மட்டும்
இனித்து இருக்குமா என்ன?...
இருந்தும் புன்னகையுடன்
கடக்க வைத்ததும்
அந்தப் பேரன்பு.......

உனக்குச் சலிக்காத வார்த்தைகளைத்
தேடித் தேடி நாட்களைத் தொலைப்பதும்
அதே பேரன்பு......

முட்டி மோதி வந்த வார்த்தைகளைக்
கொட்டித் தீர்த்து விடாமல்
கட்டிக் காக்க எண்ணும் மனது
கொட்டித் தீர்த்த அனைத்தும்
விட்டு விரட்டித் தீர்த்துவிட்டதால்....

♥

அலைகள் ஓய்கின்ற
அச் சொற்ப நேரத்தில் கூட
அத்தனை தடவைகள்
அலைந்து அலைந்தும்
அப்படி ஒன்றும் களைப்பதில்லை
அழகிய உந்தன் நினைவில் வாழும்
அன்பான உள்ளம்....

♥

எதிர்பாராத விதமாய் இன்று
எத்தனை நாட்களின் பின்
இத்தனை வார்த்தை மழை......

திக்கித் திக்கித்
திணறத் திணற
மூச்சு முட்டி முட்டித்
தவிக்கும் அளவிற்கு......
வறண்டு வெடித்திருந்த
இதயத்தில்...........

திரண்டு இனிமை
பயக்கும் சக்தி
உந்தன் வார்த்தைகளுக்கு
மட்டுமே!...

முடித்துவிடத் துடித்துக்
காரணம் ஒன்றைத்
தேடிப் பிடித்து அதை வைத்துக்
கேட்ட ஒற்றைப் பதில்
கேள்விக்கு......

நிகழ்வுகளைக் கொண்டு
ஊகித்தலின் படி உள்ளுக்குள்
எதிர் பார்த்துக் கொண்டிருந்த
எதிர்மறைப் பதிலுக்குப் பதிலாய்
நேர்மறையாய் உந்தன் பதில்......

இப்படிப் பதிலுரைத்தால்
பேதை உள்ளம் என்செய்யும்?...
மீண்டும் மீண்டும் பித்துப் பிடித்துப்
பிதற்றத்தானே செய்யும்!.......

♥

விட்டுப் போக எண்ணிய
அதே நொடியில் அப்படியே
ஆழ்மனம் முழுவதையும்
ஆட்கொண்டு விடுவதில்
ஆழமானவர்களில்
ஒன்று கவிதை!....
மற்றையது நீ!....

நானாகப் போகத்
துடித்தாலும்......
காதல் அப்படியே
விட்டுவிடுவதில்லை!

ஏதோ ஒரு வடிவில் வந்து
ஒட்டிக் கொள்கிறீர்கள்!.....
இதயத்தை அரித்து அரித்துக்
குடித்துக் கொள்கிறீர்கள்!......

❤

இருவர் மேலும்
தவறில்லைத் தான்...
உன் பார்வையில்
நகைச்சுவை!.......
என் பார்வையில்
நிஜம்!.......

நகைச் சுவையாய்
பார்த்ததால் என்னவோ
நிஜமாய் பேசியதை
நகைச் சுவையாய்
எடுத்துக் கொண்டாய்!

நிஜமாய் உணர்வாய்
பார்த்ததால் என்னவோ
நகைச் சுவையாய்
நீ பேசியதை நிஜமாய்
எண்ணிக் கொண்டேன்!

அவ்வளவும் தான்!
சமாந்தரமான இரு பார்வைகள்
சேர முடியாது என்பதைச்
சற்று நேரம் மறந்திருக்கிறது
இந்தப் பாழ் மனது!

அவ்வளவும் தான்!
மற்றும்படி,
இருவர் மேலும்
தவறில்லைத் தான்!....

ஒரு பார்வையில்
வெறும் நகைச்சுவை!
மறு பார்வையில்
முழுப் பிரபஞ்சம்!

நகைச்சுவைப் பார்வையின்
'நகைச்சுவை உணர்வே
இல்லா ஜடம்' என்ற
நளினத்தில் தான்!......

அந்தக் காந்தப் பார்வையில் தான்
உயிர்த்துக் கொண்டதாய் உணர்ந்தது
எத்தனை முட்டாள்தனம் என்பதை
உணர்ந்து கொண்டது! - இந்தப்
பிரபஞ்சப் பார்வை.......

ஒன்று சேர
முடியாமல் இருக்கும்

இதயத்தின் துடிப்பு!
மனத்தின் உயிர்ப்பு!
எண்ணத்தின் நிலைப்பு!
கவிதையின் பிறப்பு!

அத்தனையும் ஆச்சரியப்படுத்திக்
குவிந்து விடுகிறது - அந்தக்
குரலின் இனிமையில்!...

தோற்கத் தோற்கப்
போராடத் துடிப்பவள்!
முதலும் கடைசியுமாக
தோல்வியை
ஒப்புக் கொண்டும்
ஏற்றுக் கொண்டும்
மீண்டும் போராட
மறுத்துக் கொண்டும்!!!

தோற்றது என்னவோ
உன்னிடத்தில் ஆதலால்!......

ஆயுதம் ஏதுமின்றி
இலகுவாய் இதயத்தை
சிறைப்பிடித்த உனக்கு

காலம் முழுவதும்
கவிதைகளால்
கப்பம் கட்டியபடி!......

இதயச் சிறையிலிருந்து
விடுவித்துக் கொண்டாலும்
கப்பம் கட்டுவது ஒருபோதும்
தடைப்பட்டுப் போகாது!.....

உனக்காகச் செய்ய முடிபவை
இவை மட்டும் தான்!.....

உன் ஒற்றை வார்த்தையில்
துள்ளிக் குதிப்பது!
உன் ஒற்றை அழைப்பில்
உளம் குளிர்ந்து களிப்பது!

உன் ஒற்றைத் துரத்தலில்
விலகி இருப்பது!
உன் ஒற்றைப் புறக்கணிப்பில்
வெந்து தவிப்பது!

உன் ஒற்றைப் பார்வையில்
இதயத்தைத் தொலைப்பது!
உன் ஒற்றைப் புன்னகையில்
உள்ளம் சிலிர்ப்பது!

பெரிதாய் ஒன்றும் இல்லை
எப்போதும் உனக்காய் செய்ய முடிவது
எந்நேரமும் உன்னையே நினைப்பது!
இதை தவிர வேறெதுவுமில்லை
உனக்காகச் செய்ய முடிந்ததாய்!

♥

புதிது புதிதாகப்
பல அன்ரி-வைரஸ்களைச்
செலுத்தியபடி நான்!.......

புதிது புதிதாகப்
பல்வேறு வைரஸாகத்
திரிபடைந்தபடி நீ!......

உன் நினைவின் திரிபிற்கும்
என் மனதின் அரிப்பிற்கும்
இன்றொரு விடிவை
எதிர்பார்த்தாலும் கூட
இதுவும் இனிமை தான்
நினைவுக்குள் நீ மட்டுமே
இருப்பதால்!.....

ஆயுதம் ஏதுமின்றி
இலகுவாய் இதயத்தை
சிறைப்பிடித்த உனக்கு

காலம் முழுவதும்
கவிதைகளால்
கப்பம் கட்டியபடி!......

இதயச் சிறையிலிருந்து
விடுவித்துக் கொண்டாலும்
கப்பம் கட்டுவது ஒருபோதும்
தடைப்பட்டுப் போகாது!.....

நியதிகள் அனைத்தையும்
சுக்கு நூறாய் ஆக்கிவிட
விதிகள் ஒவ்வொன்றுக்கும்
விதிவிலக்கு அமைந்துவிட

துணிந்த பாதையில்
திக்கு முக்காட வைத்துவிட
இறுகி நின்ற மனம் தளர்ந்துவிட
தளர்ந்து நின்ற மனம் இறுகிவிட

வேறொன்றும் தேவையில்லை
இந்தக் காதல் ஒன்றே போதும்!.....

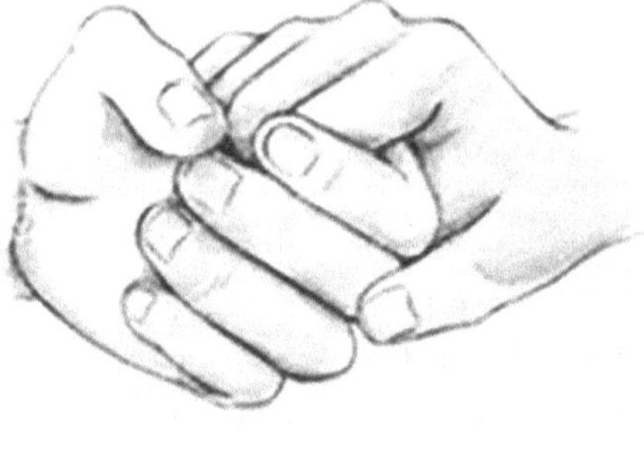

பசையில்லா இதயத்தில்
நீ மட்டும் எப்படி
ஒட்டிக் கொண்டாய்!...

பசை இல்லாததால்
தான் என்னவோ
அவ்வளவு இலகுவாக
அவ்வளவு விரைவாகக்
கழன்று விழுந்துவிட்டாய்!...

விழுந்ததும் விழுந்தாய்
இதயத்திற்கு வெளியில்
விழுந்து இருக்கலாம்!...
ஆனால், நீயோ
இதயத்தினுள் அல்லவா
விழுந்துவிட்டாய்!......

இனி என்செய்து உன்னை
வெளியில் மீட்பது?.......

நாளை ஒன்று ஒன்று
நமக்கும் வயது ஒன்று!

இறைவனுக்குப் பூமாலை சூடச்
சிறந்த பூக்களைத் தேடி
அலையும் பக்தையைப் போல...

இறைவனுக்குப் பிரசாதம் படைக்க
இனிப்பான கனிகளை
தெரிவு செய்ய முடியாமல்
அலையும் பக்தையைப் போல...

அன்பே! உனக்கு ஒரு
பாமாலை சூட முடியாத
பாவியாய்!.........
வார்த்தைகளைத் தேடித் தேடி
அலைந்து அலைந்து
களைத்துப் போய்!!!

♥

ஒரு நொடி மகிழ்வித்து
ஒரு யுகம் அளவிற்கு
அல்லாட வைக்கிறாய்!

ஒரு வார்த்தையில்
அளவில்லா இன்பம்
ஒரு மௌனத்தில்
முடிவிலித் துன்பம்!

காதல் அவஸ்தையாம்!....
நீ அவஸ்தையிலும்
அவஸ்தை!!!

உனக்குள் அத்தனை
பொறுமையா?.....
எனக்குள் அத்தனை
வேகமா?.......
எது உண்மையில்
நிதர்சனம்?.....

உன் மௌனம்
கலையும் நேரம் பார்த்துக்
களைத்துப் போய்
என் மௌனம்
கலைந்தபடி!.....

ஒரு தடவை
இரு தடவையல்ல!
ஓராயிரம் தடவைகள்!......

காதல் என்ன பெர்முடா
முக்கோணப் பகுதியோ?
மீள்வதற்கு தான்
ஏது வழியோ?........

நீயாய் வந்து
ஒட்டிக் கொண்டு
எட்டிப் போனாய்!....

துரத்தித் துரத்தி வர வர
எட்டி எட்டிப் போனபடி நீ!...

சரி! நீ எட்டிப் போகிறாய்
விலகத் துடிக்கிறாய் என
விட்டு வர நினைக்கையில்!

இதயத்திற்குப் பச்சைக்
கொடி காட்டிக் கொண்டு
கிட்ட வந்து நிற்கிறாய்!.....
விட்டு விட முடியாதளவிற்கு
ஒட்டிக் கொண்டு விடுகிறாய்!

ஒட்டிக் கொண்டாய் என்று
கிட்ட வர நினைத்தால்
எட்டி நின்று வதைக்கிறாய்!...

மீண்டும் மீண்டும்
அதே சுழற்சியில்!
என்செய்யும் இந்தப்
பேதை உள்ளம்?........

உன்னிடம் கேட்பது
விலை உயர்ந்த
அந்த ஒன்றை
மட்டும் தான்!

என்னிடம் உள்ள
அந்த அனைத்தையும்
உன்னிடம் மட்டுமே
கொடுத்துவிட்டு.....

உன்னிடம் உள்ள அந்த
விலை மதிப்பில்லாததில்
தினமும் சிறிதையாவது
கொடுக்கமாட்டாயா என
ஏங்கியபடியே மனம்!!!

நேரம் விலைமதிப்பில்லாத
பொக்கிஷம் அல்லவா!

♥

என்னிடம் உள்ள
இருபத்து நான்கு
மணி நேரங்களையும்
உன்னிடம் மட்டுமே
கொடுக்கத் துடிக்கிறேன்!!!

ஆனால் நீயோ
உன்னிடம் இருக்கும்
அறுபது நொடிகளைக்
கூடத் தர மறுக்கிறாய்!!!

இருபத்து நான்கைக்
கொடுத்து விட்டு
அறுபதைப் பெற்றுவிட
நினைப்பது பேராசை தான்!!!

உன் மொழியில்
இருபத்து நான்கை விட
அறுபது பெரிது தான்!!!

என் மொழியிலும்
அறுபது பெரிது தான்!
அந்த அறுபதை எனக்காக
நீ கொடுக்கையில் மட்டும்!

ஒரே சீர் வேகத்துடன்
வந்து இறங்கிய கவிதைகளுக்குத்
திடீரென ஒரு இடைவெளி!....

ஏனென மனதை வினவ
நீ காதலிப்பதால் என்ற பதில்....

எல்லாம் சீராகி பழையபடி
மீண்டும் வந்த கவிதைகளுக்குத்
திடீரென மீண்டும் ஒரு இடைவெளி.....

"அவனால் ஒரு நெருடல்...
அவன் மேல் சிறு கோபம்....
அது தான் காதலைக்
காணவில்லையே பிறகு ஏன்
வர மறுக்கிறாய்" என வினவ

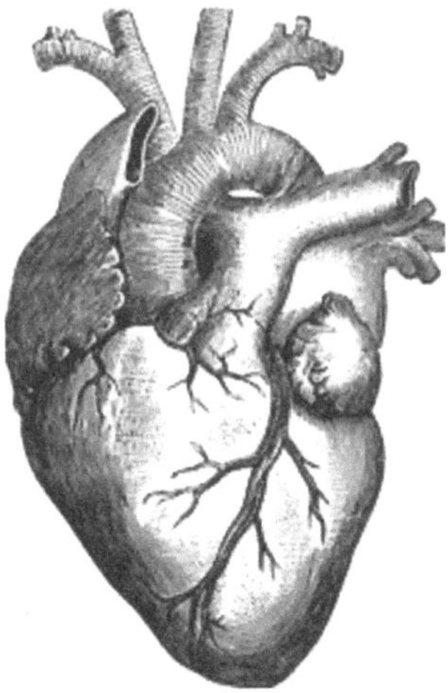

"நீ இன்னும் இன்னும்
ஆழமாய் காதலிக்கிறாய்
அதனால் தான் உனக்கு
அவன் மேல் கோபம்"
என்று கவிதைகளின் பதில்....

காதலித்தால் கவிதை வருமாம்
வந்த கவிதை வர மறுக்கின்றது
காரணம் காதலிக்கின்றேனாம்

உன்மேல் பாசத்தைக்
காட்டும் அளவிற்கு
எனக்கென்ன உரிமை?
எனக் கேட்டு மறுபக்கம்
திரும்பிக் கொள்கிறேன்...

என்மேல் கோபத்தைக்
கொட்டித் தீர்க்கும் அளவிற்கு
உனக்கு அனைத்து
உரிமையும் உண்டு
எனக் கூறி முன் வந்து
முகம் நோக்குகிறாய்...

கோபப்படும் போதெல்லாம்
காதலை அதிகதிகமாகக்
கொட்டித் தருகிறாய்...
என்செய்யும் பேதை மனம்!!!

நானே கோபப்பட்டு
நானே சமாதானமாகி
நானே வந்து கதைத்தால்
உனது பாகம் தான் என்ன?

அனைத்திற்கும் பதில்
"உன் விருப்பம்" என்றால்
உனது விருப்பம் தான் என்ன?

"நீ கதைத்தால் கதைப்பேன்"
என்று கூறிவிட்டால்
உனது மனம் தான் என்ன?

ஈரம் நிறைந்த உன் இதயத்தை
திடீரென ஏன் கல்லாக்கிக்
கொண்டாய்!!!
உள்ளே இருந்து நான்
மூச்சுத் திணறுவதை
அறியாமல்........

நேற்று மஞ்சள் நிலா
இன்று நீல நிலா!

நாளை என்ன நிறமோ?
நாளும் ஒவ்வோர் வர்ணமோ?

பூமி சார்பாய் நம் இயக்கம் போல்
உன் சார்பாய் என் உலகம்...

மாறு மாறு மாறிக் கொண்டேயிரு!....
நீ மாற மாற தானாகவே
நானும்......

இந்தப் பிரபஞ்சம் போலவே
நீயும் புரியாத புதிர்தான்
எனக்கு!

இன்னும் நீ
புரியாத புதிர்தான்
எனக்கு!

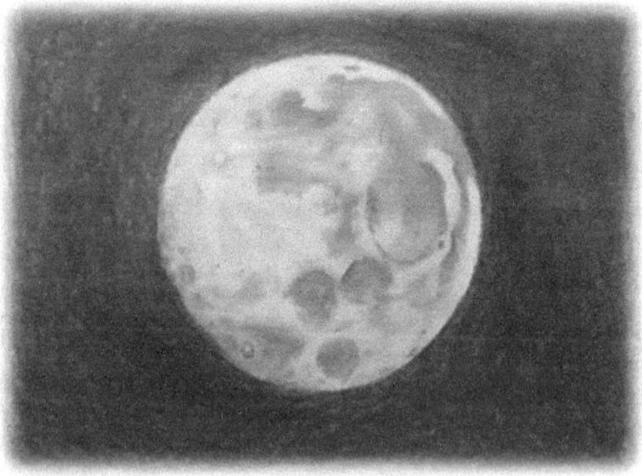

முடித்துவிடு என்று
மூளை சொல்ல!
மீண்டும் தொடரென்று
மனம் சொல்ல!

முகத்தைக் கைகளுக்குள்
மீண்டும் புதைத்து
முடித்துக் கொள்கிறேன்
கண்ணீரை!........

மனதுக்குள் ஆழமாய்
முடிந்து கொள்கிறேன்
உன் நினைவை!....

நீயோ எப்போதோ
முடிந்து எறிந்துவிட்டாய்
முடிவிலி தாண்டி
என் நினைவை
என்பதை மறந்து!.....

♥

வேலைப் பரபரப்பில்
சில நாட்களை
மறந்து தொலைக்கிறாய்!

வேதனையில் நான்
வேகி வெந்து
துடித்துப் போகிறேன்!

நாட்கள் அல்ல அவை!
நாற்கோடி யுகங்கள்!!!

நான் நேசிப்பதற்காக
நீ நேசிக்க வேண்டுமென்றால்
என்னைவிட சர்வாதிகாரி
உலகில் இல்லை!

நீ நேசிக்க வேண்டும்
என்பதற்காக நான் நேசித்தால்
என் அன்பொன்றும்
எதிர்பார்ப்பு அற்ற
தூய அன்பு இல்லை!

உன்மேல் முழுமையாய்
தூய அன்பில்லாத
என்னை எப்படி
நீ நம்ப முடியும்
ஆயுள்வரை உன்னைக்
காப்பேன் என!.....

கொடுத்தால் கொடுப்பதற்கு
இது என்ன பண்டமாற்றா?

கதைத்தால் கதைப்பேன் என்பதற்கு
இது என்ன தொழில் பிரகடனமா?

கொடுத்தாலும் விட்டாலும்
நினைத்தாலும் மறந்தாலும்
பொங்கிக் கொண்டுதான் இருக்கும்!
பொங்கி வழிந்து
கொண்டுதான் இருக்கும்!

வெறும் அன்பல்ல!....
ஒற்றை அன்பல்ல!....
பேரன்பல்ல!.....
அதையும் கடந்ததாய்
ஒரு பக்தி!....

உண்மைகள் கசக்குமாம்
கசக்கிறது!!!!!
உண்மைதான் போலும்....

ஒருமுறை பிடித்தால்
காலம் முழுவதும்
பிடிக்க வேண்டுமென
கட்டாயம் இருக்கிறதா
என்ன?.......

இல்லை என்பதை நீ
உணர்த்திவிட்டாய்!

ஆம் என்பதை என்
இதயம் பற்றிக்
கொண்டிருக்கிறது.......

மனமே இல்லை
என்பதை மறந்து
எண்ணத்தில் உதித்த
பலகால நம்பிக்கை
மனதைப் பார்த்து
மலர்வது காதல்!!!

இக்கரையில் தவறை வைத்து
அக்கரையில் பதில் தேடினால்
எப்படிக் கிடைக்கும்???

சமாந்தரக் கோடுகள்
இணைகரத்தை ஆக்கலாம்
ஒருபோதும் இணைந்திட முடியாது!!!

பேரன்பிற்கு தான்
எல்லை ஏது?

புரிதலுக்கு அப்பாற்பட்ட
சில சிக்கல்களில்
சிக்கித் தவிக்கையில்
எல்லை கண்டதாய்
பிதற்றுகிறதே தவிர

பேரன்பிற்கு
எல்லை தான் ஏது?

அடிக்கடி இதயம்
எட்டிப் பார்த்துக்
கொண்டே இருக்கிறது!

நீ அதற்குள் தான்
இருக்கிறாயா என்று!

நீ அதற்குள் தான்
எப்போதும் இருப்பாய்
என்பது தெரிந்தும்

நாளொன்றில் ஒரு
ஆயிரம் தடவையாவது
எட்டிப் பார்ப்பதில் தான்
அத்தனை திருப்தி
இந்த இதயத்திற்கு!!!

♥

அதிகாலை மனநிலை தான்
நாள் முழுவதும் தொடருமாமே....

அதிகாலை எழுந்தவுடன்
நீயாகக் கூறும் அந்த
ஒரு வார்த்தை போதும்
ஒரு நாள் என்ன
ஒரு கோடி யுகம்
கொண்டாடி மகிழ்வதற்கு!!!

♥

வேலை நேரத்திலும்
இரு வார்த்தைகள்
கதைக்கிறாய் என்று
மகிழ்வதா?

பாவம் பார்த்து ஏதோ
போனால் போகிறது என்று
இரு வார்த்தைகளை
கூறி நகர்கிறாய் என்று
அழுவதா?

காதல் எப்போதும்
கேள்விக்குறி தானோ?

"கதைக்கப் பிடிக்கவில்லையா?
கதைப்பதே பிடிக்கவில்லையா?"
என்று வேதனையான மனதின்
சிறுபிள்ளைத்தனமான
சிணுங்கல்களின் போது

"வேலையடி அதுதான்...."
என்ற அன்பான அதட்டல்கள்
கிடைக்கப் பெறுவதும்
வரம் தான்!........

♥

நீ என்னைச் சரியாக
வழி நடத்துகிறாயா
என்பதல்ல........
நீ எப்போதும் என்னுடன்
இருக்கிறாய் என்பதே
நீ கொண்ட பேரன்பு!.....

வாடி வதங்கி
வேதனைத் தீயின்
நடுவில் பொசுங்கையில்
ஒரு சில வார்த்தைகள்!
கண்களை மூடும் போது
கைகளின் இறுக்கமான பற்றுதல்!
ஆத்மார்த்தமான ஒரு அணைப்பு!

இவை போதாதா என்ன
வாழ்வின் வேதனை
ஆழத்திலிருந்து என்னை
மீட்டு வருவதற்கு?.....

குரங்கின் கையில்
பூமாலை கிடைத்தைப் போல
இந்தப் பேதையின் கையில்
கிடைத்த பெரு வரமடா நீ!

வேறொன்றும் இல்லை!...
உன்னை மறந்ததாய்
மனதிற்குக் காட்டிக்
கொள்ளத்தான்
இத்தனை பிரயத்தனம்....

நாளைப் பரபரப்பாக
வைத்திருக்க ஏதேதோ
நாடகம்.....

வலிந்து ஏற்றப்படும்
சிரிப்பு....
வலிந்து மறைக்கப்படும்
அழுகை....

என்னதான் செய்தாலும்
ஒரு நொடிகூட
இதயத்தை விட்டு நீ
நகர்வதாய் இல்லையே......

என்மேல் உனக்கு
இருக்கும் வெறுப்பை
நான் கோபங்களாக
உன்னிடம் காட்டிவிட
எத்தனித்தபடி.......

நானே கோபப்பட்டு
நானே சமாதானமும் ஆகி......

புலனத்தில் முடக்கும்
வாய்ப்பு வைத்தவர்
கூட வியக்கும் அளவிற்கு
ஒரே எண்ணிற்கு
எத்தனை தடவை தான்
இந்த முடக்கங்கள்....

இந்தப் பேதை இதயத்தைத்தான்
இன்னும் முடக்கத் தெரியாமல்
புலனத்தில் முரண்-முடக்கம் செய்து
உன்னைத் தேடியபடியே......

இந்தப் பைத்தியத்தின் பைத்தியம்
தெளியும் காலம் தான் எதுவோ?.....

பூட்டை உடைத்து
உள்வரத் தெரிந்த உனக்கு
வெளிச் செல்லும் போது
ஒரு பூட்டைக் கொண்டு
இறுக்கிப் பூட்டிவிட்டுப்
போக வேண்டும் என்ற
அடிப்படை இரக்கம் கூட
இல்லையே!.....

வரமாட்டாய் என்று தெரிந்தும்
உன்னையே தேடியபடி
பூட்டில்லாத இந்தப்
பேதை இதயம்

♥

உன்னைத் தெரியும் வரை
உந்தன் பெயரைக்
கேள்விப்பட்டதே இல்லை....

உந்தன் அறிமுகத்தின் பின்னே
உனது பெயரில் தான்
எத்தனை பேர்???
இது என்ன அதிசயமோ?

இணையம் முழுவதும்
எத்தனையோ படங்கள்
கொட்டிக் கிடந்தாலும்....

போகையிலும் வருகையிலும்
கைபேசி படங்கள் பலவற்றை
பற்றி வைத்துக் கொண்டாலும்....

நீ அனுப்பும் போது அவை
அதி விசேடமானவையே
எனக்கு!!!

நீ கடல்! நான் கரை!

உன்னுள் எத்தனை தெளிவு!
என்னுள் எத்தனை குழப்பம்!

♥

மனப்பாடம் செய்து ஒப்புவிக்கும்
சிறுமியைப் போல....

அந்த மூன்று வார்த்தைகளை
அடிக்கடி சொல்வது தான்
காதலா அன்பே?......

உன் நினைவுகள் கொண்டு
இதயம் நிரப்பி வெளியில்
யாரும் அறியாமல் சிரிப்பதும்
காதலாக இருக்கக் கூடாதா?...

அடுத்து அடுத்ததாய்
இடைவெளி இன்றி
ஒப்படைக்க வேண்டிய
ஒப்படைகள் பல
இருக்கையில்.....
அடிக்கடி திரையில்
தோன்றி மறைந்தபடி நீ!

மடிக்கணினித் திரையிலா?
மனதின் திரையிலா?
எதில் உள்ள கோளாது இது?

எத்தனை கோபத்தில்
கத்தினாலும்
எத்தனை படபடப்பில்
சுத்தினாலும்

உந்தன் பெயரை
ஏதோ ஒரு இடத்தில்
காண நேரிடுகையில்
அப்படியே அனைத்தும்
உறைவில்........

உன்னிடம் மட்டுமல்ல
உன் பெயர் கொண்ட
எவரிடமும் கோபத்தைக்
காட்ட முடியவில்லை....
அவர்கள் பிழை செய்தாலும் கூட!

வெண்மேகமே! நீ சாய்கையில்
உன் கண் கண்ட போதையில்
கருமரம் கூடத் தனை மறந்து
துள்ளிக் குதித்து நீள் வானம்
தொட்டுப் பார்க்கிறதடா!......

அந்தக் கருமரம் செய்த
புண்ணியம் கூடவா
இந்த கல்மனம் செய்து
இருக்கவில்லை?.....

பிரியாணி மேல்
பொறாமை இவளுக்கு.....

வேறொன்றும் இல்லை
தான் பிரியாணியாக
இருந்திருக்கக் கூடாதா
என்ற இயலாமை தான்!
அதனால் அதிகமாய்
பிரியாணி மேல்
பொறாமை இவளுக்கு......

நீ அதிகம் சிந்திப்பது
பிரியாணியைப் பற்றி
அல்லவா!!!

♥

எங்கோ ஓர் இரைச்சல்களின்
நடுவில் இருந்தாலும்
வந்து போவது என்னவோ
உந்தன் குரல் மட்டும் தான்!!!

எவ்வளவு இருட்டுக்கு
நடுவில் நின்றாலும்
ஒளி கொடுப்பது உந்தன்
திவ்ய வதனத்தின்
நினைவு தான்!!!

அமைதியில் மட்டுமல்ல
ஆரவாரத்திலும் நீ தான்!!!

மிக அருகில் தொலைப்பதும்
தொலைத்து விட்டதைப்
போலத் தான்.....

வார்த்தைகள் வேண்டாம்
ஒற்றைப் பார்வை கூடவா
தருவதற்கு இல்லை!......

கல்மனம் என்னிடமா?
இல்லை உன்னிடமா?

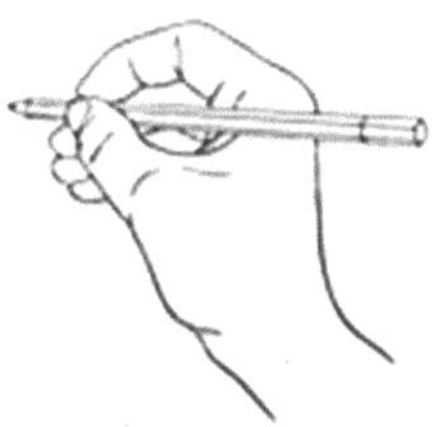

நீ கூறிக் கடந்த
வார்த்தைகளுக்கு
யதார்த்தத்தில்
உயிர் கொடுக்க
முனைந்த போதுதான்
இந்தப் பேதைக்கு
புரிந்தது உண்மை!

அவை வார்த்தைகள் அல்ல!
நீ நேரம் கடத்துவதற்காக
உருட்டிக் கடந்த உயிரற்ற
உருட்டுக்கள் என்பது!

மறைந்து இருந்து
உன்னைப் பார்த்து
இரசிப்பதை விட
உந்தன் அனுமதியோடு
உன்னை இரசிப்பதில்
எத்தனை ஆனந்தம்!!!

ரோஜா கையில்
இருப்பதை விடச்
செடியில் இருக்கையில்
பேரழகடா!
உன்னைப் போல.....

♥

எரிமலை நடுவில் புயலும்
எரியூட்டிய நினைவில் புனலும்
வரி வரியாய் புலம்பிய மனதில்
வர்ணத்தின் சாயலும்!!!

அமிலம் உண்ட இதயத்தை
காரம் கொண்டு இதமாக்கி
வற்றி வறண்ட உள்ளத்தில்
கொட்டித் தீர்த்த மழையும்!!!

அத்தனையும் என்னவன்
உன்னால்!!!
எத்தனையோ காலத்தின்
பின் நீ இட்ட ஒற்றை
விருப்பக் குறியீட்டால்!

போனது என்னவோ அன்று
போட்டது என்னவோ அன்று
பேறு கிடைத்தது என்னவோ இன்று!

எதிர்பாராத பேறுகள்
எதிர்பாராத அன்பு மழைகள்
எதிர்பாராத அழைப்புகள்
அத்தனையும் இனிப்பதில்லை.....
அது உன்னிடம் மட்டுமே
இனிப்பது என்றும் பொய்ப்பதில்லை...

இரட்டிப்பு இன்பம்
இதுவும் காதலால்

♥

நீயாகக் கொடுத்த
ஒற்றை அழைப்பு
தீயாக வேகும்
எந்தன் இதயத்திற்கு
தண் தென்றலின்
ஸ்பரிசம் தான்!!!

ஒற்றை நாள் துடிக்க வைத்து
ஒற்றை வார்த்தை மருந்திட்டு
கற்றைக் காயத்தில் களிம்பால்
ஒற்றைக் கதிரை வருடும் நீ
பற்றைக் கடந்த பக்தை இவளின்
ஒற்றைத் தெய்வமடா!

நீ புரோத்தன் என்பது
தெரிந்த எனக்கு
நான் இலத்திரன் என்பது
மறந்து போனது!

எப்போதும் நீ
நேர்மறை!
எப்போதும் நான்
எதிர்மறை!

என்னால் உன்னைச்
சுற்றவே முடியும்
சேர அல்ல!

சேர்தல் தோற்றம்!
சுற்றல் நிதர்சனம்!

உன்னை நான் சுற்றினால்
எனக்குக் கிடைப்பது நேர்
உனக்குக் கிடைப்பது
மறை!

நேராய் இருக்கும் உனக்கு
மறையாய் எதற்கு நான்?
கடக்கத் துடிக்கும் அன்பு!
கடக்க முடியாத மனசு!

♥

கவிதைகள் தினமாம்
பரிசளிக்க நினைக்கையில்
பாரிய திண்டாட்டம்!!!

உனக்குக் கவிதையையா?
கவிதைக்கு உன்னையா?
யாருக்கு யாரைப் பரிசளிப்பது?
இரண்டுமே அற்புதம் என்பதை
யாரிடம் சென்று உரைப்பது???

கவிதையைவிடச் சிறந்தவன் நீ
என்பதைக் காட்டுவதற்காக
உனக்கே கவிதையைக்
கொடுத்துவிட நினைக்கையில் தான்
நமக்கிடையில் ஊடல் என்பது
புத்தியில் உறைத்தபடி......

கோபத்தின் ஆயுள்
ஒற்றை நாளிலும் இழிவு
அது உன்னிடம் மட்டும்!

கோபம் ஊட்டுவதும்
உந்தன் மௌனம் தான்!
சாந்தம் தருவதும்
உந்தன் மௌனம் தான்!

மௌனத்தின் அர்த்தம்
ஆயிரம் இருக்கையில்
உந்தன் மௌனத்தை
எந்தன் மனம் கொள்வது
சம்மதம் என்று தான்!

மகிழ்வைத் தேடித் தானே
மனதின் பயணம்!
உந்தன் சம்மதத்தில் தானே
மனதின் ஆனந்தம்!

பேனா யாரை எழுதுகிறதோ!
பேனாவால் அதை அங்கு
சேர்க்க முடிவதில்லை.....

வாய் யாரிடம் கத்திச்
சொல்ல விழைகிறதோ
அவரது காது கேட்பதற்குத்
தயாராய் இருப்பதில்லை....

ஏதோ ஒரு சாயலில்
மௌனம் உன்னை
என்னிடம் சேர்ப்பதைப் போல...

ஏதோ ஒன்று உன்னிடம்
நான் சொல்ல நினைப்பதை
நிச்சயம் சேர்க்கும்!!!
நீ உதறிச் செல்லும்
ஏதோ ஒன்றாக......
நான் சொல்ல நினைப்பதை
நிச்சயம் சேர்க்கும்!!!

♥

மௌனம்
பல பேசும்!

தினம் தினம்
பேசுகிறதடா!
ஆயிரம் ஆயிரம்
உண்மைகள்!

இதயக்கொல்லி நோயும்
உன் மௌனமே!
அது தீர்க்கும் மருந்தும்
உன் மௌனமே!

இரு நாட்கள் கதைகள்!
ஒரு நாள் திடீரென்ற
காரணம் தெரியாத மௌனம்!

அந்த ஒரு நாள் வலி
ஆழ்ந்து ரணமாவதைவிட

வாழ்நாள் முழுதும் மௌனம்!
காலப் போக்கில் ஆறிப் போகும்
காயமாகி இதமாதல் சிறப்பு!

ரணத்தை அண்டவிடாமல்
பயணத்தை தொடர்வதற்காக
வசந்தத்தைவிட்டு அப்பால்
கடப்பவள்டா இவள்!

பெரும் வசந்தமாய் வந்து
இதய மூலையில் இருந்த
இடுக்கால் நுழைந்து
வசந்தம் கொடுத்து
வாழ்வின் வழியில்
விட்டு கடக்க முடியாத
ரணமாகிப் போனவன்டா நீ!

♥

எப்போதும் கூடவே இருந்து
வாழ்வு முழுவதும்
தொடர்ந்து வருவாய் என்ற
குருட்டு நம்பிக்கை தந்து

கொஞ்சம் கொஞ்சமாக
நீ இல்லாமல் போதலை
கண் முன்னால் காணுதல்
வாயால் சொல்ல முடியாத
இதயத்தின் பேர் ரணமடா!

♥

உன்னைவிட எவராலும்
என்னைக் கலங்கடிக்க
முடியாதென்று நம்பிய
அசைக்க முடியாத
ஆழ்ந்த நம்பிக்கையை

அசைத்துச் சிரித்தபடி
இந்த மின்சாரம்!

♥

உன்னைப் போலத்தான்
இணையத் தொடர்பும்
இதயத் துடிப்பை
உணர மறுத்து
உருட்டோ உருட்டென
உருட்டியபடி......

உருட்டுக்கள் புதிதா என்ன?
எல்லாம் நீ பழக்கியவை தான்!

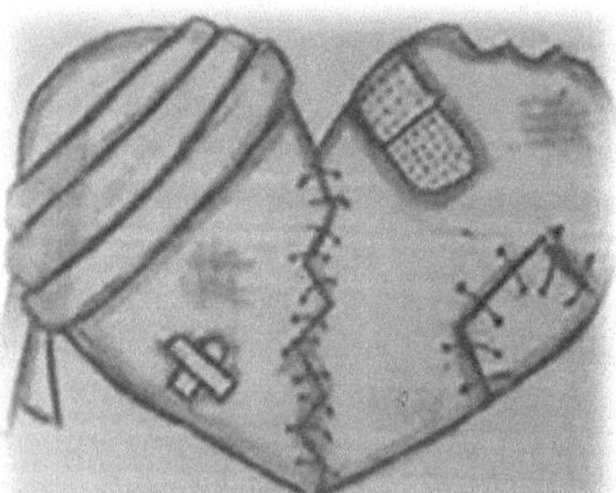

இருக்கிறது என்பதைவிட
இல்லை என்பது
அதிகமாகிவிட்டது!

நாட்டிலும் வீட்டிலும்
இதயக் கூட்டிலும்!

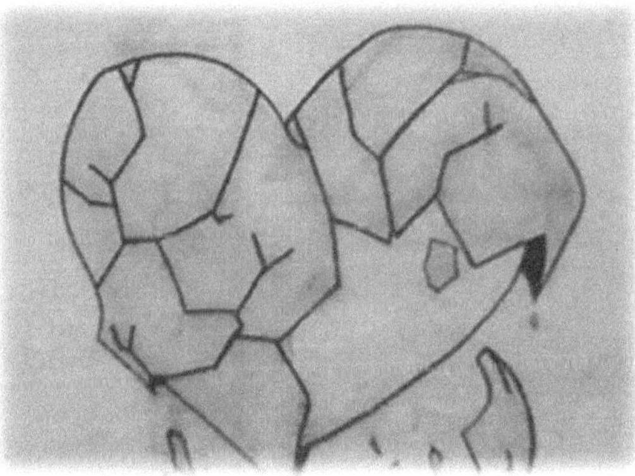

இரும்பால் முற்றுமாய்
ஒட்டி வைக்கப்பட்ட
இதயத்தின் அறிந்திருக்காத
ஏதோ ஒரு ஓரத்தில்
இருந்து தொலைத்த
இலத்திரனளவு துளையால்
இலகுவாய் நுழைந்து

நாளாக நாளாக
மயிர்க்கொட்டியாய்
உள்ளுக்குள் பரிணமித்து
அவள் இதயம் கூடாகிப் போக
அதற்குள் கூட்டுப் புழுவாகி
இதயத்திற்குள் நச்சைக் கொட்டி
வண்ணத்துப்பூச்சியாய்
வானம் தேடி அவன் புறப்பட்டதும்
பழைய கதை தான்!!!

பூட்டி வைத்த இதயத்தில்
அவன் நுழைந்த வியப்பில்
பூட்டை உடைத்து வைத்தது
எத்தனை இலகுவாய் போனது
வானம் தேடிய அவனுக்கு!!!
எத்தனை வலியாகிப் போனது
வாழ்வு தேடிய அவளுக்கு!!!

இறுக்கிப் பூட்டிய
பாதாள அறையில்
பயந்து ஒடுங்கிய
பூனையைப் போல.....

நினைவுகள் ஊடுருவும்
இடுக்குகள் ஒவ்வொன்றையும்
இழுத்துப் பூட்டி
நிற்கும் போதும்
இன்னும் ஏதோவொரு
இடுக்கின் வழி நீ
நுழைந்தபடியே தான்!......

நினைவு தீண்டும்
திசை எல்லாம்
அடைத்த பின்னாலும்

வலிந்து மறக்கும்
நினைவின் தடயங்களை
வலிந்து மறுத்து
மீண்டும் மீண்டும்
ஊட்டிக் கொண்டபடி
உருளும் இந்தக் காலம்!

வலிந்து ஏற்றப்பட்ட
வைரஸாய்.....
வலிந்தும் இறக்கப்பட
முடியாத நினைவாய்...
மௌனம் என்பதன்
முழு உருவாய்....

மௌனத்தால் கொன்று
மௌனத்தால் உயிர்ப்பித்து
மௌனத்தால் பித்துப்பிடித்து
மௌனத்தால் சரிப்படுத்தி
மௌனத்தைப் பரிசளித்து
மௌனத்தோடு போராட வைக்கிறாய்

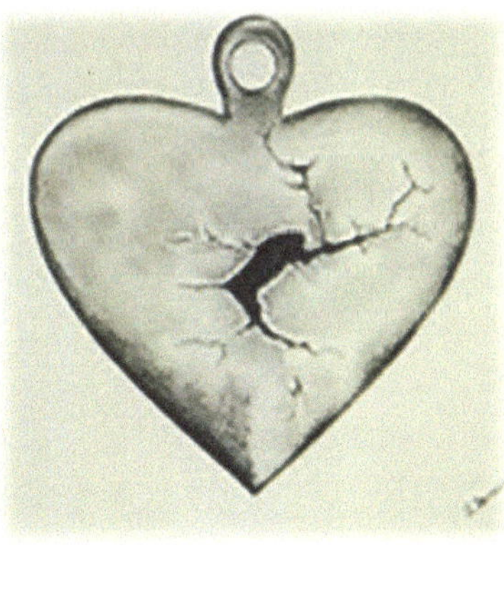

மறுபிறப்பு எதற்காக???
மறுபடியும் அந்த
அன்பின் சாயலை
மனம் கண்டு கொள்வதற்காக......

ஆழ்ந்து ஊடுருவிய
உயிர் அன்பிற்கு
உருவம் கொடுத்துப்
பார்த்த போது
இதயத்தில் ஒட்டிக் கொண்ட
உருவமல்லவோ அது...

அந்தச் சாயலைக்
காண்கின்ற போது
திகைத்து நிலைக்காமல்
இருந்துவிடுமோ
இந்த இதயம்???

அந்தக் கணத்திலிருந்து
மீண்டு வரமுடியாமல்
போராடிக் கொண்டுதான்!
இன்னும் போராடிக்
கொண்டே தான்!!!

அருகில் இருந்ததால்
என்னவோ?
அந்தச் சாயற்கானல்
எதிர்ப்படவில்லை
இந்தக் கண்களில்.......

♥

பாலைவனத்தில் அங்கே
முதன் முதலில் கண்ட
அந்தக் கானலை
தார்ச்சாலையைக் கடக்கையில்
எதிர்ப்படும் கானல்கள்
நினைவுபடுத்தியபடி.....

இதுவும் கானல் தான்!
ஆனால் இவை அனைத்தும்
நினைவு படுத்துவது ஏதோ
உன்னைத் தான்!!!
நீ கொடுத்த அன்பைத் தான்!!!

ஓராயிரம் வார்த்தை என்ன?
ஒற்றை வார்த்தை என்ன?
இறைஞ்சிப் பெறத் துடிக்கும்
அந்தக் காலை வணக்கம்
அந்த இரவு வணக்கம்
அது எல்லாம் என்ன?
அவற்றை எல்லாம் தாண்டி

அவ்வப்போது கடக்கையில்
உந்தன் நினைவை
அள்ளிக் கொடுக்கும்
இந்தக் கானல்கள்
போதாதா என்ன?

♥

நிராகரிக்கப்படக் காரணமாகிய
அனுபவமும் தகுதியும்
காலம் கொடுக்கும்!!!

காவியக் காதல்
அந்தக் காலம்
தாண்டியும் வாழும்!!!

காதலுக்கு ஏது
நிர்ப்பந்தம்???
காதலுக்கு ஏது
நிபந்தனை???

மனதில் எத்தனை
அல்லாட்டக் குதூகலங்கள்.....
கணமும் நினைவில்
இருக்கும் உன்னை
அந்தச் சாயலில்
கண்டதால்......

முன்னர் எல்லாம்
போகையிலும்
வருகையிலும்
ஏதோ ஓர் இடத்தில்
எதிர்ப்படுவது உந்தன்
சாயல்!!!

இப்போதெல்லாம்
திரைகளில் தோன்றும்
புது முகங்களிலும்
உந்தன் சாயல்!.....

உந்தன் சாயலில் தான்
எத்தனை பேர் என்ற
அளவில்லாத வியப்பு அன்று!
எந்தன் கண்களில் தான்
கோளாறு என்பதை
முற்றும் மறந்து!.....

ஏமாற்றமே மிஞ்சும்
எனத் தெரிந்த பின்னும்
மீண்டும் மீண்டும்
ஏமாறவே துடிக்கிறது
வெந்த இதயம்!
என்னவனே!
உன்னிடம் மட்டும்.....

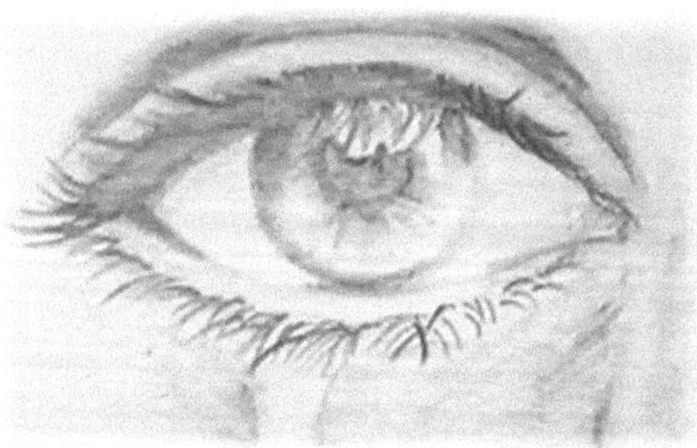

வார்த்தைக்குள் அவ்வளவு
வீரியம் உண்டென்பதை
வீணாக்கிய அவனுடனான
விந்தையான பொழுதுகள்
விளங்கப்படுத்தியவை
இன்னும் கொஞ்சம்
மிக விரைவாகவே
இருந்திருக்கலாம்.....

வீணாக அவள் மனது
பறி போகாமலாவது
விடப்பட்டிருக்கும்.......

❤

நிச்சயம் ஒரு படம்
கண்களில் தட்டுப்படும்
அதில் இரு உருவம்
அழகாய் நின்று சிரிக்கும்!

நான் பார்ப்பதை அறிந்தால்
இன்னும் அதி பலமாய்
ஏளன மெருகூட்டி
ஏராளமாய் சிரிக்கும்!!!

அக் கணம்! அந்தத் தருணம்!
இதயம் வெடிக்கும் அதே கணம்!

அடுத்த கணத்திலிருந்து
பிரச்சினை எதுவும் இல்லை!

அதுதான் மெல்லச்சாகும்
இந்தப் பாழ் இதயம்
அப்போது மொத்தமாய்
மடிந்து தொலைத்திருக்குமே!!!

நடித்து வாழ மேடை போதுமே
வாழ்க்கைக்குள் தானே மேடை என்றிட
மேடைக்குள் தான் வாழ்க்கை என்று
விடை கூறி எள்ளிடும் காலம்!

திடம் கூட ஒரு நாள் கலையும்
விடம் கொண்டு நிமிடம் நகரும்
இடம் மாற இருளுக்குள் பயணம்
நீ என்ற எழுத்து
தீ ஆகி மறைந்து போனதால்......

பற்றிக் கொண்டால் சுடும்
விட்டு விட்டால் இருளாகும்
சுடும் என்பதற்காய் விலக்குவதா?
கடும் இருள் போவதற்காய் பற்றுவதா?...
நீ தீ........... எது தான்
நீதி?..........

உளவியல் உளம் சொல்லுமா?
இல்லை உளம் கொல்லுமா?

உளம் கவர்ந்த கண்ணனே!
உலகில் உள்ள விதிகள் எல்லாம்
உடைந்து போனதடா உன்னால்!

உளவியல் படித்தும் எனக்கு
உளம் அறியத் தெரியாமல்
குளம் ஆகிறது கண்கள்.
இளம் நெஞ்சின் துடிப்பால்!....

♥

ஆயுள் தாண்டிக்
காத்திருப்பதாகக்
கூறி இருந்தாலும்
அரை நொடி கூடத்
தாண்ட முடியவில்லை.
நிலவு வதனனே
நீ இல்லாத பொழுதை.....

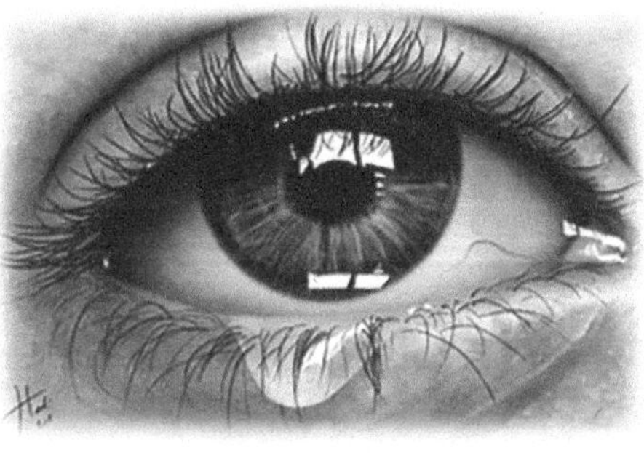

♥

அமைதியை வெறுத்தவளை
அமைதியாக்கிச் சென்றவனே!

அன்றாடம் உன் வார்த்தைகளை
அளந்துவிடத் துடிக்கும் எனக்கு
அளவில்லாத மௌனம் கொண்டு
அப்பால் கடந்து செல்பவனே!

அடி நெஞ்சுக்குள் நுழைந்து
அணு முழுவதிலும் நிறைந்தவனே!
அடுத்து எதைக் கொண்டு
அடிப்பதாய் திட்டம் இதயத்தை?......

ஆயிரம் தாரகை நடுவே
அந்தத் தண்மதி அழகாம்.
ஆயிரம் தண்மதி இருப்பினும்
அதைத் தாண்டி ஜொலிக்கும்
அழகனே உன் பூமுகத்தை
அறியாதவர்களின் புலம்பலது.

♥

பாவலனே உன்னைப்
பார்த்த பின்
பூவை இரசிக்கும்
பழக்கம் மறந்தேன்!

பூக்களே உன்னை
பார்த்து இரசிக்கையில்
பாவை நான் மட்டும்
பாராமல் போவேனா?...

பற்றி இழுத்தாயடா
பறிபோனதே இதயம்.

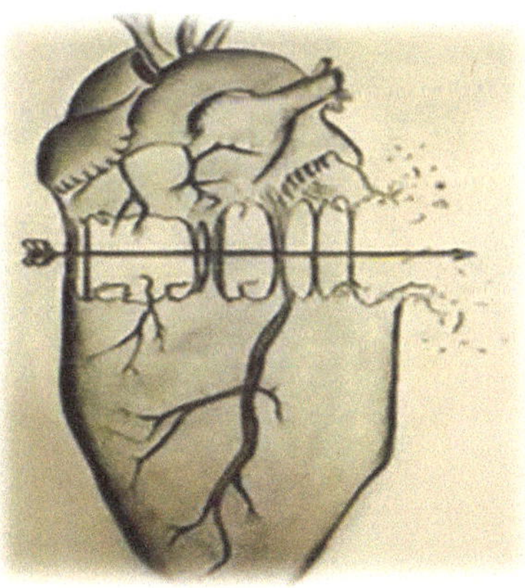

புயலாய் நுழைந்து
பறித்துச் சிதைத்துப்
பிய்த்துப் போட்டாய்
பாவை எந்தன்
பிஞ்சு இதயத்தை......

♥

பேச எண்ணி உள்ளுக்குள்
பல கதைகள் தேங்கிக் கிடக்க

பகிர முடியாமல் ஒன்றையும்
பைத்தியம் ஆகிறேன் இந்தப்
புத்திசாலி உலகத்தின் முன்னே!

பெண்மை மென்மை
ஆண்மை கடுமை
அதனால் தான் இன்னமும்
அடக்கிக் கொள்கிறேன்
அழுகையை உள்ளுக்குள்ளேயே.

என்ன மாயை இங்கே
எனக்கு நீ தெரிகிறாய்
உனக்கு நான் தெரியவில்லையே
என்று மாறும் இந் நிலைமை?.....

கடவுள் போலத் தான்
காதலும் அன்பே!

இருக்கிறது என்பது புரிந்தும்
இருக்கும் இடம் தான்
இன்னமும் தெரியவில்லை.

காதல் இருக்குமிடத்தைக்
கண்டு கொண்டிருந்தால்
களைந்து எறிந்து அதை
காலத்தை வென்று இன்று
சரித்திர நாயகியாகச்
சாதித்து இருப்பேனே.....

எண்ணங்களைக் கொண்டு
இந்த உலகையே
மாற்ற முடிந்திடுமாம்.

ஆனால், உன்னைப் பற்றிய
எண்ணங்களைக் கொண்டு
உன் ஒருவனின் மனதைக்கூட
என்னால் அறிய முடியவில்லையே.........

♥

கணப்பொழுதில் தோன்றுகிறது
கவிதை எனக்குள்......

கண்ணனே உந்தன்
கண்ஜாடை என்மேல்
காவியமழை பொழிந்ததனால்.....

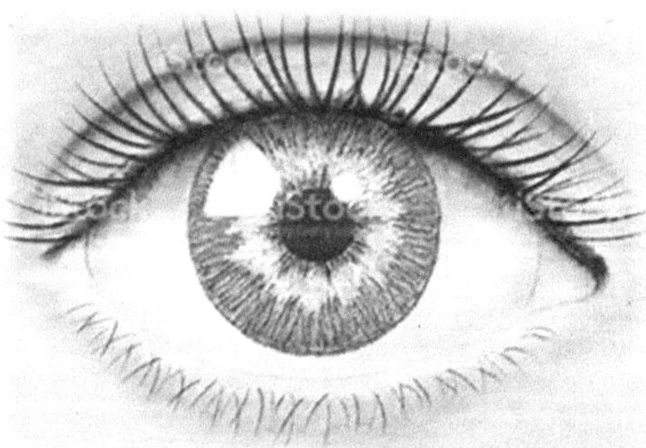

♥

நெஞ்சுக்குழிக்குள் நின்று
நெருடுகிறாய் அன்பே!
நிதானமாய் எடுத்து
நீக்கிவிடத் துடிக்கிறேன்
நீ வைரஸிலும் கொடியவனாய்
நின்று பெருகுகிறாய் உயிருக்குள்...
நிம்மதி பெற ஏது வழி???

ஏமாற்றமே மிஞ்சும்
எனத் தெரிந்த பின்னும்
ஏமாறவே துடிக்கிறது இதயம்
என்னவனே! உன்னால்...

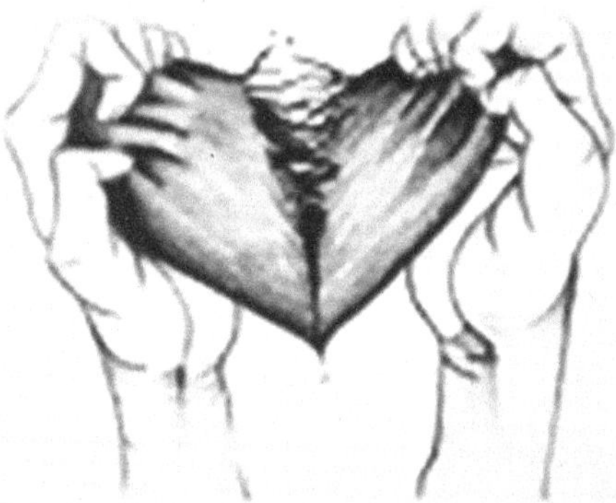

ஒட்டுமொத்த பெண்மையின்
தைரியம் அத்தனையையும்
தவிடு பொடியாக்கி விட்டாய்
ஒரு நொடிப் பார்வையில்.......

இயம்பிட நினைக்கையில்
யதார்த்தம் தடுகிறது.
விலகிட நினைக்கையில்
இதயம் எரிகிறது.
எடுத்தால் வதைக்கும்.
விட்டால் கொல்லும்.
இரண்டும் இன்றி
வாழ வழி ஏதடா?

காயத்தால் கல்லடியும்
காதலித்தால் சொல்லடியும்
கண்டாக வேண்டுமென்பது
காலத்தால் எழுதப்படாத
கட்டாய விதி போலும்......

பார்க்கப் பிடிக்கவில்லை
ஆனாலும் ஏங்கிறது இதயம்.
பல பொய் கூறிவிட்டாய்
இருந்தும் தேடுகிறது உன்னை.
அன்பு பலம் என்றார்களே
இல்லை அது பலவீனமென
இலகுவாகப் புரியவைத்து
நீங்கிச் சென்றாய் ஏனோ?

♥

ஆழமறியாமல் காலை விடாதே
அழகாகச் சொன்னார்கள்
அர்த்தம் அறிகிறேன் உன்னால்...
அன்பு செலுத்துவதற்கு
அருகதை அற்றவன் என்பதை
அறிய மறந்து என் ஒட்டு மொத்த
அன்பையும் உன்மேல் காட்டி
அடிபட்டு நிற்கிறது என் இதயம்.....

♥

விடிவதும் உன் நினைவோடு
இருள்வதும் உன் நினைவோடு
இயங்குவது எப்படி
இயம்பிடு உயிரே!
உன் நினைவை மறந்து?...

அறிவைத் தேடினேன்
அறிவு போல் உருக்கொண்டு
அருகில் வந்து நின்றாய்
அறிவற்றவள் நான் என்பதை
அனுபவமாய் உணர வைப்பதற்காக....

நினைவுகள் மூலம்
நிற்க வைத்து
நீங்கியிருக்கலாம் நீ
நிச்சயமாக எனக்கு
நின்னைத் தவிர
நினைவு வேறில்லை
நிஜம் உணர்வாய்
நிலை அறிவாய் - அன்று
நீடித்திருக்கும் உனக்கும்
நீயிருக்கும் எனக்குமான தூரம்......
நிர்மூலமாகும் என் கனவுகள் போலவே
நிதர்சனமான நம் வாழ்க்கையும்.....

அன்பால் முடியாதது
அகிலத்தில் எதுவுமில்லையாம்
அந்த அன்பைக் கூட
அவனிடம் கொடுக்க
அணுவளவும் முடியவில்லை.
அது தான் ஏனோ?...

முடியவில்லை என்னால்
மறக்க அன்பே
விடிவேளை கூட
விழியோரம் நீர்த்துளி
மறக்க நினைக்கையில்
மீண்டும் மீண்டும்
முன்னால் தோன்றி
மேலும் ரணமாக்கி
மனதை வதைக்கிறாய்
மன்னவனே ஏனடா?

♥

புலம்பல் எனும்
பரிசு தந்து
பாவி என்னைப்
பதறவிட்டு
பாவலன் நீயும்
போனாய் எங்கோ?....

பெரும் வெற்றிடம்.....
பரிதவிக்கும் வாழ்வில்
பதிலாக ஈடுசெய்ய
பாரில் முடியாது யாராலும்.....

நள்ளிரவில் கூட
நடுங்கி எழுகிறேனடா
நனவில் மட்டுமல்ல
நீதானடா என் கனவிலும்....

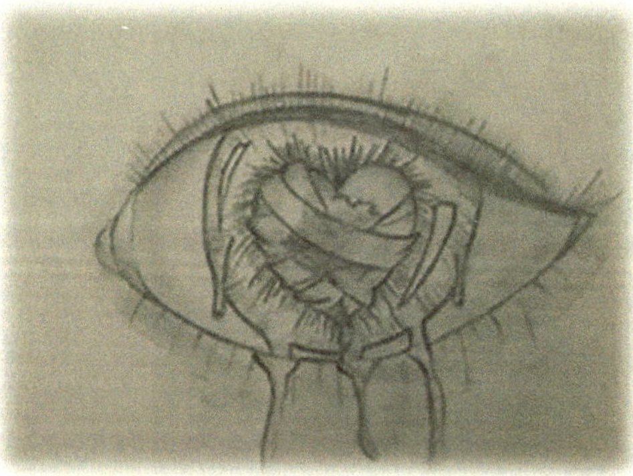

அங்கொன்றும் இங்கொன்றுமாய்
ஆகினோம் வாழ்வில்
இறுதியானதோ இது?....

ஈரமில்லை உன் நெஞ்சில்
உதயமாகவில்லை வாழ்வு
ஊனமாகிப் போனது பொழுது.....
என் புலம்பல் யாரறிவார்
ஏனடா நீ புரியவில்லை?

ஐயம் கொண்டாய் தூய்மையை
ஒதுக்கிச் சென்றாய் தூர
ஓரத்தில் நிற்கிறேன் ரணத்தோடு
ஔடதம் இதயத்திற்கு நீ மட்டுமேயடா!

நினைப்பது நீயாக
தவிப்பது நானாக
நிலையில்லாத இவ்வுலகில்
நம் பிரிவும் நிலையற்றதே!

ஒரு தலை ராகமாய்
ஒருவன் மேல் கொண்ட காதல்
எப்போதும் தனிமையில்
என்பாட்டில் வளர்கிறதே....

என்ன மாயம் செய்து
என்னை வசம் கொண்டானோ?....
என்னைக் காயம் செய்து
என்னை விட்டுச் சென்றானோ?....

என்னை உதறிச் சென்றாலும்
எப்படி வாடும் பாவை கொண்ட காதல்?..
எப்போதும் அது மீண்டும் துளிர்த்து
எதிர்பாரா அளவிற்கு வளர்கிறதேடா!...

அன்பனே உன்னைச் சுற்றி
ஆயிரம் உறவுகள் இருந்தாலும்
உன்னை மட்டுமன்றி
உன் சார்ந்த அனைத்தையும்
உள்ளன்போடு நேசிக்கும்
என் போன்ற ஒருத்தியை
என் கண்களுக்குக் காட்டு...

என் அளவிற்கு உன்னை அவள்
எப்போதும் காப்பாள் என்ற
உத்தரவாதத்தைக் கொடு....

என் உயிரான உன் இதயத்தை
உன்னிடமே மீண்டும் தந்து விட்டு
உலகைத் துறக்கச் சித்தம் கொள்கிறேன்!

எப்படி எல்லாம் என்னை
நிராகரிக்க முடியும்
என்பதை அறிந்த அவனிடம்
எப்படி எல்லாம் அவனுடன்
எவ்வாறு நேரம் செலவிட முடியும்
என்று ஆராயும் நான்
எப்போதும் தோற்றே போகிறேன்...

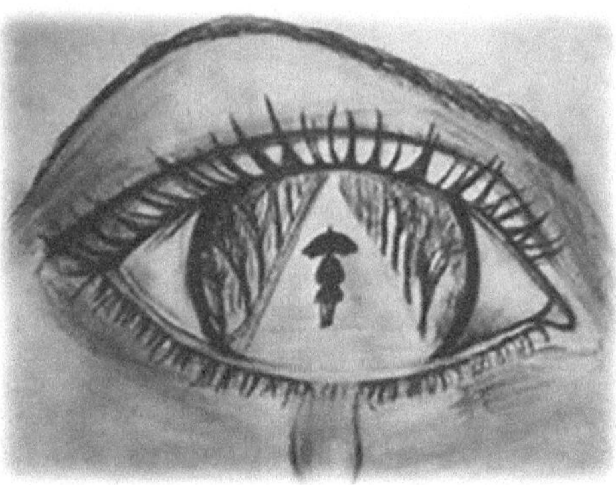

அன்று தேடித் தேடி வந்த நீயா
இன்று இப்படித் தேட வைக்கிறாய்?......

நம்ப முடியவில்லையடா
இது தான் உண்மை என்பதாலோ?......

கடவுள் என் மனதில்
கட்டிலடங்காத அன்பைக்
கொடுத்ததற்குப் பதிலாக
கண் கவரும் அழகைக்
கொடுத்திருக்கலாம் போலும்...
முதல் முறையாக
மனதில் கலக்கம்
மனங் கவர்ந்த அவனால்.....

♥

கூடவே இருந்து உனக்கு
கஸ்டம் கொடுக்காமல்
கடந்து போனதாய் எண்ணிக்
கொள்கிறேன்......

கண்ணாளனே நான் உன்னைக்
காதலிப்பது என்பது
உன்னை என்பதல்ல.....
உன்னுடன் சம்பந்தப்பட்ட
அனைத்தையுமே.....
முக்கியமாக உந்தன்
முழு சந்தோஷத்தை...
அதற்காக நான் உந்தன்
அருகில் இல்லாமல் போவதும்
அப்படி ஒன்றும் பெரிதில்லைத் தானே....

அந்தச் சாயலின் திருவாய்
இவளை நோக்கித் திரும்பும்
என்ற கனவு நெடுநாளாய்
ஏக்கத்தோடு இருந்திருந்தாலும்

எதிர்பாராத விதமாக
எதிர்ப்படும் போதுதான்
எத்தனை கோடிப் பூரிப்பு!

பூகம்பத்தின் நடுவே
பூப்பூக்கும் என்பதும்
புத்திக்கு இன்று தான்
புது அனுபவமாய்!!!

எரிச்சலோடு கனமாய்
எரிந்து கொண்டிருந்த தலை
எவரெஸ்ட் ஆகும் அற்புதம்
எதிர்வந்த அந்தச் சாயலிலிருந்து
எதிர்ப்பட்ட வார்த்தைகளால்!.....

நீயும் நானும் பெரும்
நடிகர்கள் தான்....
நீ அன்று காதலிப்பதாய்...
நான் இன்று காதல் இல்லாததாய்...
இருந்தாலும் எனக்கு குரு
இந்த நடிப்பு விடயத்தில் நீ தானடா!

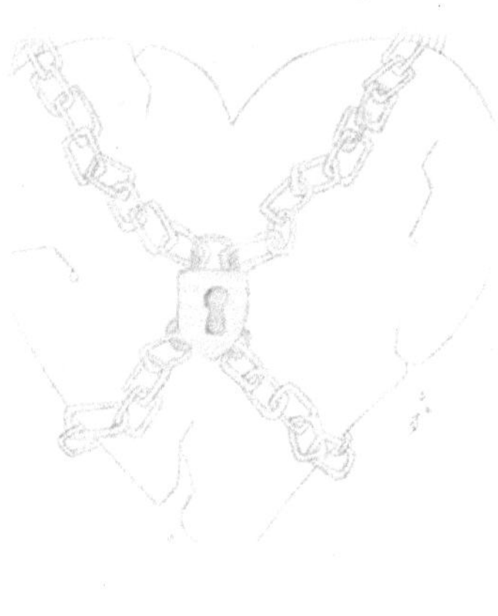

பேசினால் தான் காதல் வாழுமா?
பேசாமல் இருந்தால் காதல் சாகுமா?
இருந்தும் மனதுக்குள் வலிக்கிறதே....
இந்தத் தூரம் நிரந்தரம் ஆகிடுமோ என்றே

போகாதே என்று கத்தும் சத்தம்
போகுதில்லை தொண்டையைத் தாண்டி
போய்விடுவாயோ என்னைத் தாண்டி
புலம்பும் மனதை எப்படி வேண்டி
பக்குவம் அதை நானும் காட்டிட......

காதல் என நீ
காட்டிய அனைத்தும்
காயம் தந்த வெறும் பொய்கள்.....

தெரிந்தும் வலிக்கிறதே இதயம்
தெளிவாய் உன்மேல் ஆழமான
தெளிந்த காதலை உறவாய் எண்ணித்
தெரியாமல் கனவு கண்டதால்.....

♥

கண்ணாளனை நேரில்
கண்டதில்லைத் தான்......
கண்டிராத போதும் கூட
கடலைக் காண்கையில் எல்லாம்
கரை காண முடியாத அளவிற்கு
கட்டவிழ்ந்து ஓடுகின்றன
கண் முன்னே அவன்
கனவில் காட்டித் தந்த நினைவுகள்.......

கடலுக்கும் அவனுக்கும் உள்ள
கரையில்லாத அந்த நெருக்கம்
கன்னி இவளுக்குத் தெரிந்ததால் தான் போலும்...

அவன் விட்டுச் சென்ற நேரம்
அழகாய் பிறந்திருந்தால்
அநாதையாய் விட்டு
அகன்றிருக்க மாட்டானென
அழாத கணமில்லை......

ஆனால் இப்போது என் முகம்
அழகாக தோன்றாததை எண்ணி
அவ்வளவு மகிழ்ச்சி எனக்குள்....
அன்பின்றி வெறும் அழகுக்காக மட்டும்
அருகில் எந்த உறவும் வரும்
அற்பத்தனம் என் முன்னால்
அதி குறைவாகவே நிகழும்........

அவன் அன்பு உண்மையில்லை என்பதை
அதிவிரைவில் காட்டித்தந்த
அதி அற்புத வரம் இந்த
அழகற்ற எந்தன் முகம்.....

அவனிடம் தொலைத்த என்னை
அவனே தொலைந்த பின்
எப்படி மீட்பது?.....
எதைப் பார்த்தாலும்
எங்கு இருந்தாலும்
அவன் தந்த நினைவுகள் மட்டுமே....

♥

வார்த்தை இல்லை....
வாய் மூடிக் கண் மூடி
வாட்டத்தை உள்ளுக்குள்
வைத்துக் கொள்கிறேன்....

நீ சென்று பல மாதங்கள் ஆனாலும்
நீ தந்த முப்பது நாட்களை விட்டு
நீங்க முடியாமல் தினமும்
நொருங்கித் தவிக்குது மனம்......

அன்றைய நீ இன்று
அப்படியே நிகர்மாற
அன்றைய நான் மட்டும்
அப்படியே இன்றும்
அன்று நீ தந்த நினைவுகளுடன்....

எப்போதாவது உனது
நினைவு வந்தாலாவது
ஏதாவது சொல்லித்
தேற்றிக் கொள்ளலாம்......
எப்போதுமே நீ தான்
எந்தன் நினைவு என்றால்
எப்படி நானும் மீண்டு கொள்வது?....

மோட்டார் சைக்கிளில் போகும்
நேர் பாதை வழியே
மங்கையின் மனதில்
மனங் கவர்ந்தவன் நினைவு வர

முறுக்கிப் பெரு வேகம் எடுத்து
முடிவு வரை அப்படியே சென்று
முன்னால் பெருஞ் சுவரில்
மோதி உயிரை மெல்ல
மாய்க்கும் ஆசை பிறக்கிறதே.....

மனதில் அவன் கொடுத்த காதல்
முன்னால் வெறும் கானலாய்
மறைந்தே போனதால்......

அன்று உனைப் போல
உன் முன் காதலிப்பது போல்
நடித்து இருந்தால்
இன்று அனைவர் முன்னும்
இன்பமாய் இருப்பது போல
நடிக்க வேண்டி வந்திருக்காது போலும்....

உன்னால் மட்டும்
எப்படி முடிந்தது?....
கல்லாய் இருந்த
எந்தன் இதயத்தை
இளக வைத்துவிட்டு
உந்தன் இதயத்தைக்
கல்லாக்கிக் கொள்ள.....

இழந்தது நானா நீயா
என்பது தெரியாமல்
நானே புலம்பிக்
கொண்டிருக்கிறேன்...

நடித்தது நீ - தினமும்
நடுங்குவது நான்.....

உண்மைக் காதல்
உடையவர்களுக்குக்
கடவுள் கொடுத்த
சாபம் போலும் இது........

நீ என்னிடம்
நடித்தது உண்மையா?
இல்லை இப்போது
நடிப்பது உண்மையா?

அன்று காதலிப்பதாய்
இன்று காதலிக்காததாய்....

ஒன்றே இதற்குள்
உண்மையாக முடியும்
என்பது புரியும் எனக்கு
எது உண்மை என்பது
இன்னும் புரியவில்லையே
ஏனடா?........

முப்பது நாட்கள்
நீ கொடுத்த நினைவுகள்
முக்கோடி ஆண்டுகள்
தாண்டி வாழப்
போதாதா என்ன?......

அருகில் இருந்து உன்னை
மகிழ்வாகப் பாத்திருக்க
ஆசை கொண்டிருந்தேன்...

நான் தொலைவது தான்
உந்தன் மகிழ்வு என்றால்
நான் தொலைவது
உனக்காக என்றால்
நான் தொலைவதிலும்
வலியை மறந்து
ஆனந்தம் கொள்கிறேன்
அதுவும் உனக்காக......

எல்லாம் ஒன்று தான் என்பதை
முறியடித்தவன் நீ என்று நினைத்தேன்
ஆனால் அதை ஆழமாக
மீண்டும் நிரூபித்தவன் நீயடா....

கண் முன்னே எத்தனையோ
உறவுகள் இருந்தும்
கண் காணாத உன்னை எண்ணி
கண்கள் எந்த நேரமும்
கலங்கித் துடிக்கிறதே.....

முட்டாள் தனம் என்பது
முழுமையாகப் புரிந்தாலும்
உன்மேல் நான் கொண்ட காதல்
உண்மையற்றுப் போகுமா என்ன?.....

♥

உன்னால் முடிகிறது
பேசாமல் மறக்க
என்னால் முடியவில்லை
பேசாமல் கடக்க.....

உன்னை பொறுத்தவரை
இவை வெறும் வார்த்தைகள்
எந்தன் இதயம் மட்டுமே அறியும்
இவை வலியின் உச்சக்கட்ட ரணங்கள்

எந்தன் காதல் வாழும் இடங்கள்
என் இதயத்துடன் சேர்த்து

1. அவன் block list
2. என் recycle bin

அவன் இதயம் யாருக்கோவாக
என் இதயம் அவனுக்காக
இதில் கடவுளின்
கணக்குத் தான் என்னவோ?.....

♥

உந்தன் படங்களை
உந்தன் நினைவுகளை
எந்தன் கைபேசியில்
அழித்தால் நிம்மதி
என்றே எண்ணினேன்...
எந்தன் இதயத்தில் - நீ
அழிக்க முடியாத அளவிற்கு
ஆழமாக பதிந்திருப்பதை
உணரத் தெரியாமல்......

பைத்தியம் என்பதால்
உன்னால் புறக்கணிக்கப்பட்டேனா?
உன்னால் புறக்கணிக்கப்பட்டதால்
பைத்தியம் ஆனேனா?......

எதுவாக இருந்தாலும்
இப்போது நான் பைத்தியம் என்பதும்
உந்தன் நினைவில் கூட நான் இல்லை என்பதும்
எந்தன் நினைவே நீ என்பதும்
உண்மை தானே.......

இருந்தும் இந்தப் பைத்தியக்கார மனம்
இதையெல்லாம் சில வேளைகளில்
நம்ப மறுத்துக் கொண்டு தான் இருக்கிறது......

♥

இத்தனை நாட்களில்
ஒரு முறையேனும்
என்னுடன் கதைக்க
தோன்றாத உன்னுடன்
கணம் கூட இடைவெளி இல்லாமல்
கதைத்துக் கொண்டிருக்கிறேன்
காதல் பைத்தியத்தில்......
காதல் பைத்தியமாக......

ஒப்பனை இல்லாமல்
மேடை அலங்காரம் இல்லாமல்
அவ்வளவு உண்மையாக
நடிக்க முடியுமா?..........

நடிப்பு என்பதற்கு
ஆதாரம் பல இருந்தாலும்
நம்பவே முடியவில்லை
நீ நிதர்சன நடிகன் என்பதை.......

♥

நீ என்னிடம் கூறிய
"நீ" என்ற ஒற்றை வார்த்தை போதும்
நீ என்னை இன்னும்
மறந்துவிடவில்லை என்பதை உணர்த்த...

நீ என்னை மறந்திடவில்லை என்ற
நினைவு ஒன்றே போதும்
இந்த ஜென்மம் முழுதும்
நின் நினைவுகளோடு மட்டும்
இந்த வாழ்வை வாழந்துவிட......

கற்பனை அதிகமாக
எனக்கு வரும் என்பதாலோ
காதலிப்பதாக நீ சொன்ன போது
அத்தனை உயிரோட்டமாக
உணர்ந்து கொண்டேன்.....

என்ன தான் இருந்தாலும்
நீ காதலிப்பதாக சொன்ன
வார்த்தையில் இருந்த உயிரோட்டம்
நீ காதல் இல்லை என்று கூறிக்
கடக்கும் போது இல்லை......
துடிப்பது அறிந்தும்
நடிப்பது இன்னும்
எதனாலோ?.....

கலங்கிக் கலங்கி
ஏங்கி ஏங்கிக் கடந்த
நாட்கள் எல்லாம் இனி
இல்லாமல் போய்விட
இன்று நீ தந்த ஒரு
வார்த்தை போதும்
இனி அழுகை மறந்து
இனிய மௌனம் தொடரும்....

காதலா அன்பா
எதுவும் தெரியவில்லை....
ஆனால் எப்போதும்
உன்னை பார்த்துக் கொண்டே
உன் குரலைக் கேட்டுக் கொண்டே
இருக்க வேண்டும்.......

எல்லோருக்கும் போல
உனக்கும் நான்
தொந்தரவு தானோ என்பதை
நான் சரியாய் அறியேன்....

உன் கதை கேட்டு
உளம் மகிழும் நான்
உனக்காக இதுவரை
எதுவும் செய்யவில்லையே....

இப்படி இருக்க
எந்தன் அன்பர்
அன்பா இல்லை சுயநலமா?....

விடை தெரியாமல் குழப்பத்தில்.....
வாழ் நாட்களைப் போலவே.....

உனக்காக இதுவரை
எதுவும் செய்ததில்லை....
உனக்காக இப்போது
உன்னை விட்டு விலகுவதை
தவிர என்னிடம் ஏதுமில்லை.....

கூட இருந்து மகிழ்விக்க நினைத்தேன்
நான் கூட இல்லாதிருப்பதே உந்தன்
மகிழ்வு என்கையில்.....
மௌனமாய் விலகுவதைத் தவிர
அன்பனே நான் செய்யக் கூடியது
வேறெதுவென்று அறியேன்.....

அன்பு கொடுக்கும்
அல்லவா?.....
எடுக்க துடிக்காது
அல்லவா?.....

நான் மட்டும் ஏன்
உன்னிடம் இருந்து
அன்பை எடுக்கத்
துடிக்கிறேன்.....

தவறு உன்னில் இல்லை
எந்தன் அன்பில்.....
விலகிச் செல்வதில்
உனது மகிழ்வு இருக்கையில்
உன்னைக் கலங்கடித்து
உன்னிடம் நான் வரத் துடிப்பது
எத்தனை கொடியது.....
இத்தனை சுயநலவாதி
எதற்காக நான் இன்னும்
இந்த உலகில்?.......

எந்தன் இதயம்
எரி காகிதங்களாகச்
சிதறிப் பறந்தபடி....
ஒவ்வொரு பக்கத்திலும்
உந்தன் பெயரை
ஆழப் பதித்து
அள்ளப் பார்க்கையில்....

அதுவரை விளையாடித்
திரிந்த நீயோ
துடுப்பை மெல்லப் போட்டு
தூரமாய் மௌனமாய்
தனிமையில் ரசித்தபடி.....

எரி காகிதங்கள் ஒவ்வொன்றையும்
எட்டிப்பிடிக்க இவள் எத்தனிப்புக்கள்!
எதுவும் உன்னைச் சுட்டுவிடக் கூடாது
என்ற ஆழ்ந்த காதலில்.........

தொலைவில் இருந்து
தூக்கி எறிந்தபடி நீ
உந்தன் பேரன்பை...
எந்தன் எரி காகிதங்களை
எரிந்துவிடாமல் உன்னிடம்
எடுத்துக் கொள்வதற்காய்.......

♥

Cupid கூட
கைகொடுக்க மறந்த
குழந்தைக் காதலடா இது....

கதைக்காமல் நீ போனால்
காதல் மாறுமா?......
பேசாமல் நீ நடித்தால்
பாசம் குறையுமா?.....
வேசம் போட்டு நன்றாய்
வதைத்து கொல்கிறாய்....

சில நாட்கள் கதைத்து
பல நாட்கள் வதைத்து
காலம் முழுதும் ரணமாய்
காதல் மனதில் வடுவாய்.....
காதலனே எப்போது நீ வருவாய்....
கனிவாய் என் பெயர் உரைப்பாய்....
கடைவிழியால் ஒருமொழி தருவாய்?.

எங்கோ ஒரு தொலைவில்
ஏதோ ஒன்றாய் தொலைந்தே
ஏகாந்தமாய் ஆகிப் போனேன்...
நசுங்கிப் பொசுங்கும் இந்த
நிறை வலியைத் தாங்கிலேன்...

அன்பனே உந்தன் இதய இடுக்கில்
அநாதரவாய் இன்னும் சிக்கி
முழுதாய் வர முடியாமல் தவிக்கும்
மங்கை இவள் இதயத்தை கொஞ்சம்
மெதுவாய் எடுத்து எறிந்து விடு.....

உலகத்தின் முன்னேற்றத்திற்காக ஆவது....
உடன் இருப்பதாய் தோன்றுபவர்களின்
உள அமைதிக்காக ஆவது
இன்னும் கொஞ்ச நாட்கள் இவள்
இருந்துவிட்டுப் போகட்டும்......

யாரோவாக வந்து
யாதுமாகி நின்று
யாரோவாய் போய்விடுதல்
என்பது தான்
என்னவன் கொண்ட காதலோ?....

கதவின் இடுக்கில்
கால் சிக்கிய வலியிலும்
காதல் வலி ஒன்றும்
கனம் இல்லையாம்.....

அதன் தார்ப்பரியம் உணர்வதற்காக
அந்த கதவின் இடுக்கில்
அடிக்கடி கால் வைத்துப் பார்த்தேன்....
அவன் தந்த வலியிலும் அது ஒன்றும்
அவ்வளவு பெரிதில்லை.....

நானே கால் வைத்து
நானே கதவைப் பூட்டியதால் தான்
வலிக்கவில்லை என நினைத்து
கதவு இடுக்கில் காலை வைத்துக்
காத்தே இருந்தேன்......
பல முறைகள்.....
பலர் போய் வருகையில்
நெரித்துத் தான் செல்கிறார்கள்......

ஆனாலும் எவருக்கும்
நீ எந்தன் இதயத்தை
நெரித்ததைப் போல
நிகரில்லா வலி கொடுத்து
நெரித்துவிடத் தெரியவில்லை.....

யாதுமாகி நின்றவன்
யாரோ போலக் கடக்கையில்
யாரோவாகிய உணர்வு
யாதுமாய் வதைக்கையில்
யாதும் அற்று இறுதியில்
யாதுமாகிப் போவது
யாதுமாகிய என்னவன் நினைவுகளே!

பதற்றம் கடந்து
பிதற்றல் கூடத் துறந்து
பைத்தியம் முற்றிய நிலையில்
பேசாமல் வாய் மூடி நிற்கிறேன்....

பாசமாய் நீ பேசிய வார்த்தைகளை
வெறும் வேசமாய் எண்ணத் தெரியாமல்
பைத்தியக்காரியாய் முழுமையாகிப்
போய்க் கொண்டே இருக்கிறேன்......

சொல்லாமல் வாழும்
ஒருதலைக் காதலைவிட
சொல்லி நிராகரிக்கப்பட்ட
காதல் தொடர்ந்தும் வாழ்தல்
அவஸ்தையிலும் அழகானது...

எப்படிக் கொட்டித்
தீர்ப்பதென்றே புரியவில்லை
என்னவன் மீது கொண்ட பாசத்தை....
கொட்டவும் முடியாமல்
காட்டவும் முடியாமல்
வாட்டிக் கொண்டிருப்பது என்னவோ
அவன் மீது கொண்ட
அந்த ஒற்றை அன்பு ஒன்று தான்....

தெரிந்தும் நாட்கள் வீணாக
புரிந்தும் இனிமை பறிபோக
அறிந்தும் எல்லாம் வீண் போக
அறிவிலியாய் புலம்ப வைக்கும்
அவன் நடிப்புக்குள்ளும் எத்தனை சக்தி....

மாற்ற முடியாத பைத்தியகாரதனம்
போக்க முடியாத வேதனை ரணம்
வாட்டிக் கொல்லும் இந்த மனம்
இன்னும் இப்படியே எத்தனை தினம்
எதிலுமே எனக்கு ஏனிந்த சினம்
அன்பினாலே பறிபோனதோ
எந்தன் வானம்.....

ஒருதலைக் காதலை
ஒருசில நாட்கள் உணரவைத்து
ஏற்றுக்கொள்ளப்பட்ட
இனிமைக் காதலை
ஒரே ஒரு மாதம் உணரவைத்து
காதல் பிரிவின் வலியை
சில மாதங்கள் தாங்க வைத்து

மீண்டும் மீண்டும் பிதற்றி
மீண்டும் மீண்டும் புலம்பி
பைத்தியம் என நீ கூறிய
பைத்தியக்கார வார்த்தைகளை
அப்படியே நம்ப வைத்து
பைத்தியமாகவே ஆக்கி

மீண்டும் மீண்டும் உன்னிடம் வந்து
கெஞ்சிக் கெஞ்சி வதைபட வைத்து
அனைத்தும் கடந்து இறுதியில்
நீ மட்டும் தான் என் வாழ்வு என
உறுதியாக சொல்ல வைத்து
அதையும் நீ நிராகரித்த பின்னரும்

உன்னை மட்டுமே காதலிக்க வைக்கும்
உந்தன் இதயத்தால் மட்டுமே முடியும்
அவஸ்தைக்கும் அன்புக்கும்
அழகான நினைவின் இனிமைக்கும்
இடையிலான தொடர்புகளைப் புரிய வைக்க

கவிதைகள் கூடக் களவாடப்பட்டதாய்
கனமாய் ஓர் உணர்வு!
கனிவாய் கலைந்த கண்ணாளன் அவன்
கனிவான வார்த்தைகளால்......

அருவியாய் வந்த கவிதைகள்
அவன் அன்பு போலவே
அத்தனையும் வற்றிவிட
அங்கு சில பிதற்றல்கள்
அந்தக் கானல் கலைந்ததை
அனுதினமும் எண்ணி எண்ணி....

பாவை அவள் வாழ்வு
பாலைவனமாய் அமைந்துவிட்டதால்
பாசத்தை துறந்து கானலாய்
பாதை மாறிப் போனானோ?.....

கடும் சூடாய் பகலும்
கடும் குளிராய் இரவும்
கனவில் மட்டுமே இருந்த
களங்கமில்லா இனிமை
கண்ணாளனால் கானலாகிவிட
கனவும் பாலைவனமாக
கற்பனையும் ரணத்தை வரமாக்க
கலையும் ஒரு வாழ்க்கை
கரையேற வழியே இல்லாமல்
கறுத்தே போனது அவள் கவிதை....

❤

ரோஜா இதழ் என் மனமாக
அதில் வந்து அமர்ந்த
பனித்துளி நீயாக......
உளம் குளிர்ந்து
உவகை கொண்டு நிம்மதி
அடைந்திருந்தது
பனித்துளியான நீ
கதிரவனைக் காணும் வரை தான்
ரோஜாவுடன் கூட இருப்பாய்
என்ற யதார்த்தம் உணரும் வரையான
அந்த சொற்பக் காலத்தில் மட்டும்.....

♥

கவிதைகளுக்கும் என் மீது
எத்தனை வெறுப்பு....
கனிவாய் அன்று ஆனந்தம்
தந்த அவை......
காணும் போதெல்லாம்
இரசிக்கவே விடாமல்
கனத்தை மட்டுமே தந்து
கடந்து சென்றுவிடுகின்றன....

கவிதைகளும் உன்னைத் தான்
காதலித்தனவோ?....
அதனால் தான் என்னை வெறுக்கப்
பழகிக் கொண்டனவோ?

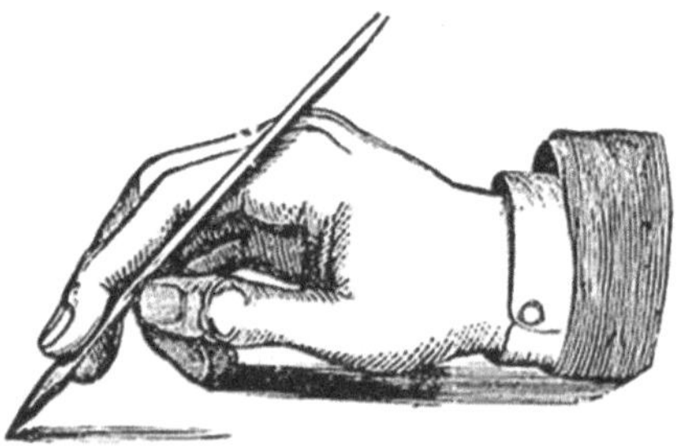

♥

யாதுமாகிப் போன பின்
யாரோவாகிப் போதல் ஏனோ?....

யாரோவாகிப் போவதென்றால்
யாதுமாகியதன் தாத்பரியம் தான்
யாதோ?.........

யாதும் உள அந்த
யாரோ ஆகிய
யாதுமானவன் பக்கம்....

யாதுமாகி நிற்பவனுக்கு
யாரோவாகிப் போன நானோ
ஆயிரத்தில் வெறும் ஒன்று.....

யாதுமாகிய அவனோ எனக்கு
அந்த முடிவிலிகளுள் தனி ஒன்று....

உனக்கு யாரோவாக
எனக்கு யாதுமாக
கணக்கு எங்கு தவறியதோ?
பிணக்குத் தீர்க்கத் தெய்வம் மறந்ததோ?

உன்னால் நான் இழப்பது
உன்னை மட்டும் அல்ல.....
உடனிருக்கும் அனைத்தையும்....

விட்டுப் போதல்
சாதாரணமாய் இருக்கலாம்
ஒட்டு மொத்தமாய் எடுத்து
நினைவை மட்டும்
விட்டு போதல்
அவ்வளவு எளிதல்ல....
அது பல தடவை மரணிப்பதை
ஒரே தடவையில்
உணர்த்தும் ரணம்......

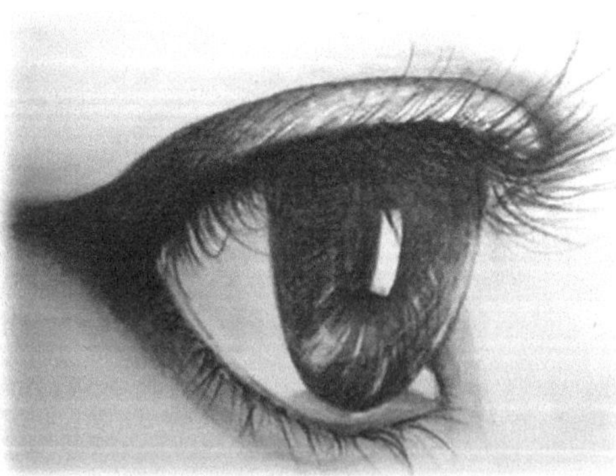

♥

உன் வலியையும் சேர்த்து
நானே தாங்கிக் கொள்கிறேன்....
உனக்கு வேண்டாம்
என்னால் ஒரு வலி.....

உன் மேல் கொண்ட
உள்ளார்ந்த பாசத்தால்
உந்தன் பாதையில்
முள்ளாக இருக்காமல்
உலகின் வேலியிலே
முள்ளாக இருந்துவிடுகிறேன்....
காயம் உனக்கும் அல்ல....
சேதம் உலகுக்கும் அல்ல.....

ஆனால் எந்தன் இந்த
இதயத்தின் ரணத்திற்கு
என்ன பதில் உரைப்பதோ
அறியேன் யான்.......

பிரிக்க முடியாத
காதல் நடுவே வந்து
புகுந்து கொண்டது
கொரோனா !

சொல்ல கூடாத
வார்த்தைகளை
சொல்லித் தீர்க்க
வைத்தது கொரோனா !

முடிதலுக்கும் முடிவிற்கும்
நடுவில் ஒரு சிறு
புரிதலும் பிரிதலும்.....

உயிர் முடியுமா தொடருமா
அறிவார் யாரோ?....
இருப்பினும் ஒன்றை
முடித்தே வைத்தது......

என் செய்தும்
முடிக்க முடியாத
முடிவை.....
கண்ணில் தெரியா
ஒன்று முடித்து
நின்று சிரிக்கிறது......

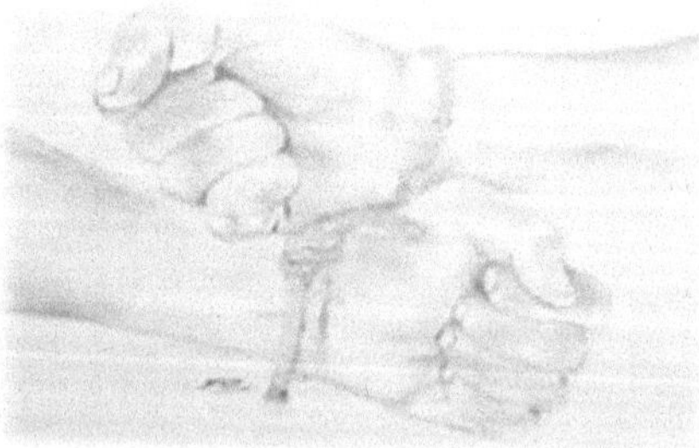

என்னை யாரும் தேட வேண்டாம்
என்று எழுதி வைத்துவிட்டுத்
தொலைந்துவிட வேண்டும்
என்று துடிக்கும் மனதை
ஏதோ ஒரு உலகபந்தம்
தொலையவிடாமல்
இன்னும் வைத்து வதைத்துக்
கொண்டுதான் இருக்கிறது......

எத்தனையோ காலங்களுக்குப் பிறகு
அந்த நிலவில் அத்தனை குளிர்மை!
எத்தனையோ காலங்களுக்குப் பிறகு
இந்த இரவில் இத்தனை அமைதி!

இது நாள்வரை இது நிலைக்குமா
என்பதில் தான் கலக்கம்!
இன்று ஏனோ இது நிலைக்கும்
என்கிறது மனதின் மயக்கம்!

அந்த காதலைப் படிக்க ஆசை
உள்ளுக்குள் உறுத்தினாலும்
ஏதோ ஒன்று இன்னும்
ஏனோ தாமதப்படுத்தியபடி....

காலமும் நேரமும் கனிந்திடுகையில்
கனதி எல்லாம் பறந்த வேளையில்
கைகளில் கிடைக்கும் நாவலின்
கதையும் சுகமே! ஸ்பரிசமும் சுகமே!

♥

இதயம் இருந்தால் தானே
காயப்படுத்த முடியும் உன்னால்....
இன்றோடு தூக்கி
எறிந்துவிடுகிறேன் அதை மெல்ல...

உணர்வு இருந்தால் தானே
உயிரை வதைக்க முடியும் உன்னால்...
உணர்வையும் கொன்று விடுகிறேன்
உனக்காக........

உன்னால் பைத்தியமாக
உன்னில் பித்தாக
உன்னால் முட்டாளாக
உன்னில் உயிராக
உடன் இருந்து
உயிர் கொல்பவை
உந்தன் நினைவுகள்
மட்டுமே.. ...

அதையும் கொஞ்சம்
தூக்கி எறிய முயன்றே
தோற்றுக் கொண்டிருக்கிறேன்
மீண்டும் மீண்டும்
முடிவில்லா வலியோடு......

மூளைக்குள் தூக்கி
வைத்தால் தான் கனம்....

கொஞ்சம் இறக்கி வைத்து
மிச்சம் இருக்கும் வாழ்வை
கொஞ்சம் பார்க்க..........

அச்சம் விடுத்துச்
சிரிக்கிறது மனம்.....

நிகழ் நிமிடங்களின்
நிகழ்வுகளை ரசித்து மட்டும்
கடப்பதும் மாபெரும் திடம்.....

♥

நான் இல்லாமலும்
உன்னால் இயல்பாய்
இருந்துவிட முடியும் எனின்
உந்தன் இயல்பான
பாதைக்கு நடுவில்
இவள் ஒரு போதும்
வேண்டாம்...........

ஆனால், ஒன்றை மட்டும்
நினைவில் கொள்
உனக்கு கிடைக்க இருந்த
உந்தன் இனிமையையும்
உன்னால் தொலைந்த
எந்தன் இயல்பையும்
இனி நீ மட்டுமல்ல
இறைவனே நினைத்தாலும்
திருப்பிக் கொணர்ந்திட
முடியாது...........

♥

அந்த ஒரு நினைவு
வந்து நிற்கையில்
மகிழ்ந்த காலம் கடந்து
வெந்த காலம் கடந்து
பெரும் மூச்சு ஒன்றை
மெதுவாக உதிர்த்துவிட்டு
கடந்து போகும் நிலை தான்
பக்குவப்பட்ட நிலை என்பது

இதயத்தின் சந்தம்
அடிக்கடி மாறுகிறதடா
நீ திருடிய எந்தன்
இதயம் உன்னிடமிருக்க
நீ தந்த உந்தன்
இதயத்தை மட்டுமேன்
பறிக்க நினைக்கிறாய்?

எந்தன் இதயத்தை
எங்கே பிய்த்துப் போட்டாய்?
இவள் வாழ்வை முடித்துவிடுவோம்
என்று முடிவெடுத்துக் கொண்டாயோ?

உன்னால் எந்தன் இதயத்தை
தூள்தூளாய் பிய்த்தெறிய முடிந்தாலும்
என்னால் என்றுமே முடியாதடா
உ ந்தன் இதயத்தை பெரு மாளிகையில்
தூசு கூட அண்டவிடாமல் பாதுகாக்கும்
இந்த அற்புத வரத்தை இழந்துவிட......

என் இதயத்தை நீ
பொசுக்கியது போதும்
அத்தோடு நிறுத்திக் கொள்!
உந்தன் இதயத்தை மட்டும்
என்னிடம் இருந்து
பறித்துக் கொள்ள
எத்தனிக்காதே!........
நடக்காது அது!

உன் இதயத்தை நான் நேசிப்பது
நீ நிகழ்த்தியதைப் போல
வெறும் விளையாட்டல்ல
அது பிரபஞ்சம் கடந்த
நிதர்சன உண்மை...

அமைதியான நீல அலைக் கடலும்
அடங்காத விக்கினங்கள் புரிந்து நிற்க
ஆர்பரித்து ஒருநாள் சுனாமியாய் மாறும்
அழகும் எல்லை தாண்ட ஆபத்தாகும்

அன்பே எந்தன் பொறுமையும் நாளை
எல்லை தாண்டிட முன்னே உணர்வாய்
கண்ணே! காதல் கொடுக்கும் அன்றி
தொல்லை என்று பிரியாது புரிவாய்

நிஜத்தில் உன் சத்தியங்கள்
மீறப்படலாம்...
ஆனால் கற்பனையில் அல்ல!

நிஜத்தில் உன் வார்த்தைகள்
மௌனமாகலாம்....
ஆனால் கற்பனையில் அல்ல!

நிஜத்தில் உன் அன்பு
ஒளிக்கப்படலாம்...
ஆனால் கற்பனையில் அல்ல!

நிஜத்தில் உன் சம்மதங்கள்
மறுக்கப்படலாம்...
ஆனால் கற்பனையில் அல்ல!

நிஜத்தில் நீ தொலைவாகலாம்...
ஆனால் கற்பனையில் அல்ல!

கற்பனை உள்ளவரை
நம் காதலும் வாழும்!

♥

உன் பாதம் கழுவிய
இந்தக் கடலலைகள்
என் பாதம் வருடுகையில்
இலேசானபடி இதயம்.....

அன்று தொலைவின் அருகு நீ!
இன்று அருகுத் தொலைவு நீ!

இரண்டிற்கும் இடையில்
இமயம் நின்றிருந்தால்
தகர்த்திருக்கலாம்!!!
வானம் நின்றிருந்தால்
தட்டித் தூக்கியிருக்கலாம்!!!

நிலவின் பண்பல்லவா
சூரியனுக்குப் பொருத்தம்
இல்லாமல் போனதாம்!!!

என் செய்ய முடியும்
அந்த நிலவால்?
மறைந்திருந்து சூரியனை
இரசிப்பதைத் தவிர.....

சூரியன் சிரிக்கையில் தான்
நிலவு ஒளி கொள்கிறதாம்!!!

அந்தச் சூரியனுக்குத் தெரிந்து
இருக்க வாய்ப்பே இல்லை
இந்த நிலவின் காதல்!!!

கல்லென இருந்த இதயத்தில்
கல்வெட்டாய் உன் பெயர் பதித்து
சில்லென இருந்த நாட்களை
அனலென மாற்றியதும் ஏனோ?

ஐம்பூதம் முயன்றும்
உடையாத கல்வெட்டு
உன் மௌனம் ஒன்றினால்
உடைந்திடுமா என்ன???

மௌன எரிமலை கக்கினாலும்
மனம் நிதம் உச்சரிக்கும் மந்திரம்
வனப்பாக உயிரூட்டும் உந்தன்
நான்கு எழுத்து நாமமடா!

நான்கோடு ஐந்தாய்
ஏழோடு எட்டாய்
தமிழிலும் ஆங்கிலத்திலும்!

இருந்தும் எப்போதும்
ஒன்பதோடு ஆறாய்
ஆறோடு ஒன்பதாய்
ஐந்தோடு பத்தாய்
உன்னோடு நான்!!!

♥

நம் மேல் கோபம்
இல்லை என்பதையும்

இன்னும் முழுமையாக
புறக்கணிக்கவில்லை
என்ற ஆறுதலையும்

அடிக்கடி சென்று
உறுதிப்படுத்திக்
கொள்வதில் தான்
அத்தனை திருப்தி
அந்தக் காயப்பட்ட
அரையுயிர் இதயத்திற்கு.......

காதலா? பக்தியா?
கண்ணுக்கும் தெரியவில்லை
கணக்கும் புரியவில்லை!

அனைத்தும் தாண்டி
ஆத்மார்த்தமாய் ஒரு
அன்பிற்குக் கிடைத்த
அவன் ஆசீர்வாதம்
அரும்பெரும் வரமல்லவா!

இதயம் கணம் பூஜிக்கும்
இறைவன் கடாட்சம்
இனிய ஆசீர்வாதமாய்
இவளுக்குக் கிடைப்பது
இன் பெரும் பேறென்பது
இப் பேதை மட்டுமே அறியும்!!!

இறைவன் பாதங்களில்
இன்னுடல் துறந்து
இரண்டறக் கலக்க
இறை முத்தி கிடைக்க
இவ்வான்மாவின் தவம்
இறைவனவனை துதித்தே
இடையறாது தொடரும்!!

யார் யாரோவிடம் எல்லாம்
உன்னை எனது என்று
உளறியபடி.....

உண்மையென எண்ணி
அவர்கள் தரும் அந்த
அறிவுரைகளில் மனம்
உடைந்தபடி....

கற்பனையில் கூட
ஒன்று சேர முடியாதளவு
கண் எட்டாத் தூரத்தில்
நீ தொலைவாகிவிட்டால்
என் செய்யும் பாழ் மனது???

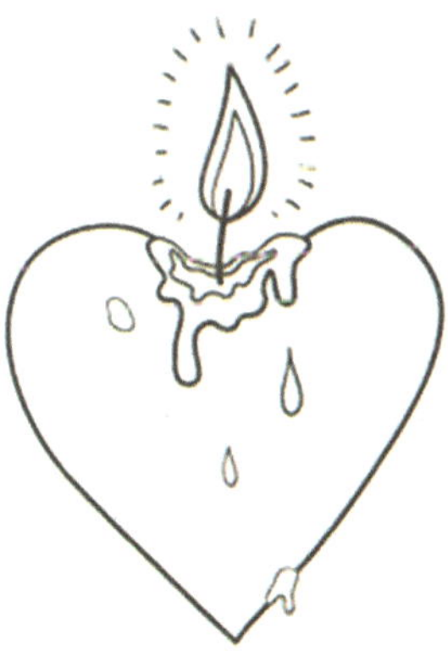

படபடக்கும் போதெல்லாம்
உன் வார்த்தைகளை
உருகி உருகித் தேடியபடி
பாழ் மனது.......

வார்த்தைகள் கானலாகும்
நிலை வரும் போதெல்லாம்
நினைவுகள் ஊசலாடியபடி
நெஞ்சத்தினுள்.....

படபடப்பு உன்னாலா?
படபடப்புத் தணிவு உன்னாலா?
பாரில் விடை தெரியா
பாரிய வினாக்களில்
பரவசமே நீயும் ஒன்று!!!

♥

பிடிக்கும் என்று அவன்
சொன்ன போது
என்ன என்ன
பிடிக்காது என்று கேட்ட
பித்து மனம்

பிடிக்காது என்றபோது
என்ன என்ன
பிடிக்கும் என்று
கேட்டுத் தொலைக்கிறது....

அப்போதும் இப்போதும்
ஒரே பதில்....
எதுவும் இல்லையே!!!

எதுவும் இல்லை என்பதற்கும்
எதுவும் இல்லையே என்பதற்கும்
இடையில் உள்ள அந்த 'ஏ' இல்
உள்ள அன்பைப் பற்றிக் கொண்டு
அதில் நீந்தித் திளைக்க முற்பட்டபடி
இந்தப் பேதை இதயம்!!!

♥

ஆரம்பிக்கும் வரை
அளவற்றுப் படபடப்பதும்
ஆரம்பித்த பின்னர்
போவது தெரியாமல்
நேரம் பறப்பதும்

முடிந்த பின்னரே
விட்ட பிழைகளும்
கவனயீனங்களும்
விளக்கக் குறைவுகளும்
புத்திக்கு எட்டுவதும்
விட்டதை எண்ணி
ஒரு கணம் மனதை
வேக வைப்பதும்

பரீட்சை போல் தானும்
இந்தக் காதலும்!!!

நிஜத்தை நகைச்சுவையாய்
எடுத்துக் கடந்த பின்
அது நிஜம் என்பது
தெரிய வருகையில்
அதை விட்டுக் கடக்கும்
அந்த இதயம் கூட

நகைச்சுவையை நிஜமென
எடுத்து வாழ்ந்த பின்
அது நகைச்சுவை என்பது
தெரிய வருகையில்
தூள் தூளாக நொருங்கித் தான்
போகிறது....

அந்த இதயத்திற்கு
உணர்திறன் குறைவு தான்
நிஜத்திற்கும் நகைச்சுவைக்குமான
வேறுபாட்டை அதனால்
உணர முடியவில்லை ஆதலால்!

♥

இல்லை என்ற பெயர்
மிகப் பொருத்தமாகவே
இருக்கும் போல
இந்தக் காதலுக்கு.....

ஜாதி மத பேதம்
மட்டும் அங்கு
இல்லாமல் இல்லை!

கண் இல்லை!
அறிவு இல்லை!
வயசு இல்லை!
மனசு இல்லை!

கடைசியில் பார்த்தால்
காதலும் அங்கு இல்லை!

இல்லை என்ற பெயர்
பொருத்தமாகத் தான்
இருக்கும் காதலுக்கு.....

காதல் பெறும்
முதல் விருதே
பைத்தியம் எனும்
பட்டம் தான்!!!

உயிர்க் காதலின்
உண்மைக்குக் கிடைக்கும்
உயர் விருது அது
'உது ஒரு பைத்தியம்'

காதலும் உண்மை!
ஏற்றுக் கொள்ளலும்
எதார்த்தத்தின் உண்மை!

இருந்தும் இந்த
இடைவெளி இன்னும்
எதனால் என்பது
காலம் மட்டுமே
உணரும் உண்மையோ?

எங்கோ ஒரு கடலில்
உந்தன் பாதம் தழுவிய
அந்தத் திவலை நீராவது
எந்தன் பாதம் தொடாதா?
என்ற ஏக்கத்தில்

இந்தக் கடற்கரை
அலையோடு கதைபேசும்
இவள் கால்கள்
திரும்பிச் செல்ல
எண்ணுவதே இல்லை!

♥

உண்மையில் காதல் என்பது
பைத்தியக்காரத்தனம் தான்!

இருபுறமும்
பைத்தியக்காரத்தனம்
இருக்கையிலும்

இருபுறமும்
புத்திசாலித்தனம்
இருக்கையிலும்

பிரச்சினை எதுவும்
எழுவது இல்லை!

ஒருபுறம்
பைத்தியக்காரத்தனமும்
மறுபுறம்
புத்திசாலித்தனமும்
இருக்கையில் தான்

தகைப்புக் குழம்பி
உடைந்தே போகிறது
சட்டப்படலைப் போல
இந்தக் காதற் பந்தமும்!

♥

அந்தக் கண்களா?
வாய்ப்பில்லை....
அவள் அவற்றை
எதிர் கொண்டதே
இல்லை!

அந்த வார்த்தைகளா?
வாய்ப்பில்லை.....
அவள் காதுகள்
அவற்றைப் பெரிதாகக்
கேட்டதே இல்லை!

அந்த எழுத்துக்களா?
வாய்ப்பில்லை.....
அவற்றினுள் நயமோ
எப்போதும் நிலைத்தன்மையோ
இருந்ததே இல்லை!

பின்னே எது?
அவளை எது
இழுத்துக் கட்டி
ஆட்கொண்டது?

அந்தப் பொய்மையோ?
இருக்கலாம்!..........
பொய்மை உடனே

கவர்ந்து இழுத்து
பாதாளத்தில் தள்ளுவது
யதார்த்தம் தானே!

தெரிந்தது தான்
அனுபவப்பட்டது தான்
இருந்தும் அந்த
இதயத்தின் ஓரம்
ஏக்கம் ஒன்று
எதிர்பார்த்தபடி
அவ் வார்த்தைகளை......

♥

கறுப்பு தினத்தை
ஒற்றை நொடியில்
ஒளிமயம் ஆக்கும்
கனவு கொடுத்த
அவனே தான்

பச்சை மரத்தில்
ஓங்கி அடித்த
இரும்பு ஆணியாய்
அது எப்போதும்
கறுப்பு தினமென்பதை
உறுதிப்படுத்தியவன்!

♥

கண்களை இறுக
மூடிக் கொண்டால்
முன்னால் அவன்!

அவன் கொடுத்த
நம்பிக்கைகள்!
அவன் கொடுத்த
வாக்குகள்!
அவன் கொடுத்த
கனவுகள்!

வேறென்ன வேண்டும்
இந்தப் பேதைக்கு?.....

நினைத்த உடனேயே
நிறைவேறும் அனைத்தும்!

பெரிதாய் ஒன்றும் இல்லை
கண்களை மட்டும் இறுக
மூடிக் கொண்டால் போதும்!

தூக்கிப் போடச் சொல்வது
என்னவோ கோபம் தான்!

கோபத்தின் பின்னால்
மறைந்து இருக்கும்
காதலால் முடிவதில்லை!

அந்த காதலின்
இடைவெளிகளுக்கு
இடையில் புகுந்து
தப்பித்துக் கொள்கிறன
பல துரோகங்கள்!

♥

தேவை மட்டும்
இல்லை என்றால்
அன்பு என்ற வார்த்தை
அதிகளவு பயன்பாட்டில்
இருக்க வாய்ப்பில்லைப் போலும்!

அன்பு எனும் வார்த்தைக்கும்
கூர்ப்பு விதி பொருந்தும் போல
அன்பு எனும் வார்த்தை
தேவைக்காக என மருவ
எத்தனித்துக் கொண்டிருப்பதே
இன்றைய நிதர்சனம்!

♥

நீ பெற்றோல்!!!

எங்கேயோ ஒரு ஓரத்திலும்
அங்கங்கே போகவும் வரவும்
நெஞ்சம் முழுதும் ஏக்கத்தோடு
தஞ்சம் தேடும் யாரோ நான்!

அந்தப் பெரும் வரிசையில்
இந்த இதயம் வந்து நிற்கும்
எந்த எண்ணமும் வந்ததில்லை!

அந்த ஓரம் போதும்!!!

நீ ஆரவாரத்தின் நடுவே
விரும்பி ஏற்ற பரபரப்புடன்
வாழ்ந்து கொண்டிருப்பதைப்
பார்த்துக் களிக்கும்
அந்த ஓரம் போதும்!

நீ அருகே இல்லை
என்று எவர் சொல்வார்?
நான் எவ்வளவு ஓரமானாலும்
நீ என் கண் முன்னல்லவா
நின்று கொண்டிருக்கிறாய்!!!

தொடர்க்காதலின்
தொலைதூரம் நீ!
திரைகளில் காணும்
திவ்விய சொப்பனம் நீ!

சாதனைகளில் மனதை
வசப்படுத்திக் கொண்ட உன்
சர்வ அழகைக் காண்கையில்
கர்வம் கொள்ளும் இதயம்!

ஒருதலைக் காதலை
உணர வைத்ததும் நீ!
ஓர் பார்வை பார்த்தே
உருக வைத்ததும் நீ!

உந்தன் பேரழகைக் காண
எந்தன் இருகண்கள் போதாதென
இன்னும் அருகில் விடாத
எண்ணம் தான் விலகாதோ?

ஒரு சோடிக் கண்களெனினும்
ஒரு கோடிக் காலம் வேண்டும்
ஒரு ஓரம் வாழ் இதயம் வேண்டும்
ஒரு வரம் நல்கும் மனம் கொள்வாய் நீ!

♥

மஞ்சளில் ரோஜா தேடிய
மங்கையின் அலைவு!
மன்னவன் உனக்கு அன்று
மஞ்சள் நிறம் பிடிக்குமென்று
மகிழ்வோடு சொன்ன போது....

நீல ரோஜா தேடித்தேடி
நங்கையின் தோல்வி!
நீலமே உனக்குப் பிடித்த
நிறம் இன்று என்றபோது.....

நீல ரோஜாவை மெல்ல
நிழற்படமாக இணையத்தில்
நிற்கக் காண்கையில் தான்
நினைவிற்குள் உறைப்பு!

ஏட்டுச் சுரக்காய் கறிக்கு உதவாதாமே!
நீல ரோஜா மட்டுமல்ல!
நீயும் ஏட்டுச் சுரக்காய் தான்!
நீ எனக்கு வெறும் நிழலானதால்!
இல்லை!!! இல்லை!!!
நான் உனக்கு வெறும்
நிழலாய் தோன்றியதால்.......

மஞ்சள் என்றாய்
நீலம் என்றாய்
நிறம் தானே
மாறினால் என்ன
என்றே இருந்தேன்!

நீ தான் என்று
என்னிடம் நீ கூறியது
மாறாது என்ற முழு
நம்பிக்கையில்......
நிறம் மாறதது காதல் எனக்
கேள்விப் பட்டிருந்ததால்......

நீ தான் என்று
நீ கூறியது என்னவோ
மாறவில்லை தான்!

ஆனால் நீ எப்போதும்
நீயெனக் கூறும் போது
உந்தன் விரல்கள் தான்
ஒவ்வொரு தடவையும்
ஒவ்வொருவரைக் காட்டித்
துரோகம் செய்தபடி.....

உனக்கும்! நம்பிக்கையுடன்
உன்முன் நிற்பவருக்கும்

♥

மஞ்சள் நீலமாகும் போதே
மனதில் உறைத்திருக்க வேண்டும்
மனித மனம் குரங்கு என்பது!

மனம் ஒரு குரங்கு தான்!

மனம் விட்டு மனம் தாவுமது
என்பதை அவள் முதல்முறை
அன்று தான் அறிந்தால் போலும்!

இப்போதெல்லாம் அவளுக்கு
நம்பிக்கை மிகமிக அதிகம்
மனம் ஒரு குரங்கென்பதில்......

♥

நீயும் பெற்றோல் போலவே
ஆனாய் எனக்கு!

அட்டை வாங்கி
எண் எடுத்து
வரிசை வந்து
நாட்கணக்காகக்
காத்துக் கிடக்கும்
எண்ணம் எனக்கில்லை.....

எப்போதும் கண்படும்
தூரத்தில் வாழும் இந்த
ஓரமே போதுமடா!....

உனக்காக மட்டுமே நான்!
எனக்காக மட்டுமே நீ!
என்பது எல்லாம்
சுத்த மடத்தனம்
என்பதைத் தாண்டி

உனக்கான எந்தன் காத்திருப்பு
வெறும் நாட்கணக்கானதல்லவே
அவை யுகக் கணக்கானவை
ஆகிற்றே!......

தபால் நிலையங்களும்
திறப்பதைக் குறைக்கிறதே
வாரத்தில் ஐந்தென இருந்தது
வாரத்தில் மூன்றென மாறினால்

கனக்காதோ என்னிதயம்!
கருகாதோ என் கடிதம்!
காத்திருப்புத் தீயிலே!

புலனத்தை முடக்குவாய்!
எண்ணை முடக்குவாய்!
தபாலை என்செய்வாய்
என்றே இருந்தேனே!
இன்று என்செய்வேனோ நான்?

என் மனமும் அலை தான்
அலைகள் ஓய்வதில்லை
என்பதனால்.......

விரட்டி வெளித் தள்ளத் தள்ள
மீண்டும் மீண்டும் தேடித்தேடி
ஓடிச் செல்லும் அலையாக நான்!
நீ எந்தன் கடல் அல்லவா!!!

உன்னைக் கண்டால்
கடலின் நினைவு
வருமென்றே நினைத்தேன்!

கடலைக் காணும் போதெல்லாம்
உந்தன் நினைவுகளே
எந்தன் இதயத்தினுள்
தத்தளிப்பதை அறியும்வரை!

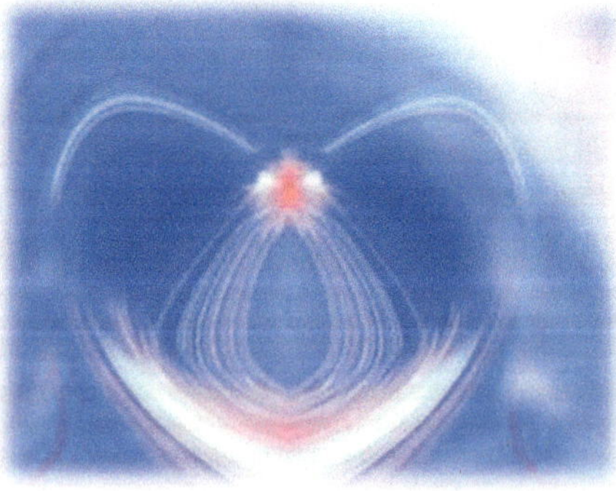

புலனம் வேண்டாம்
புறாவே இருந்திருக்கலாமெனப்
பத்தியப்பட வைத்தது என்னவோ
பனித்துளியே நீ தானடா!

புறாவை அனுப்பி இருந்தால்
புலனத்தில் முடிந்ததைப் போல
புறப்பட்டுப் போயிருக்காது காதல்!
புது எண்ணைத் தேடி அதிவிரைவாக.....

♥

மனிதக் காதலும் இல்லை!
புனிதக் காதலும் இல்லை!
இணையக் காதலும் இல்லை!
இணையும் காதலும் இல்லை!

சொல்லாக் காதலும் இல்லை!
சொன்ன காதலும் இல்லை!
காலம் தந்த காதலும் இல்லை!
காலம் கடந்த காதலும் இல்லை!

ஆராய்ந்து பார்க்கப் போனால்
யதார்த்தம் கொண்ட காதலே இல்லை!
காலத்தின் போக்கில் கூர்ப்படைய மறந்த
பண்டையக் காதல் அது!

பழையதாகிப்போன காதல் அது!
பழுதாகிப் போன காதல் அது!

நாட்கள் அனைத்தும்
ஒன்று போலவே
அமைந்துவிடுவதில்லை.....

ஏதோ ஒரு படம்
ஏதோ ஒரு வசனம்
ஏதோ ஒரு வார்த்தை
ஏதோ ஒரு மொழிநடை
ஏதோ ஒரு குரல்
ஏதோ ஒரு உரையாடல்
ஏதோ ஒரு நுண்ணளவு
எதார்த்தம் கூட

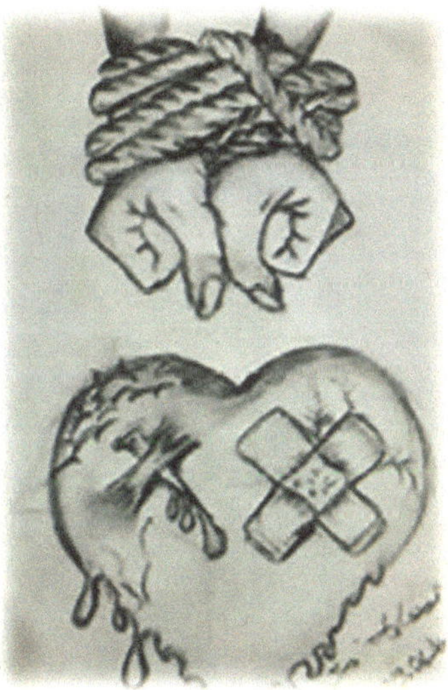

அந்த ஒன்றே ஒன்றை
எப்போதும் நினைவில்
உந்தியபடி........

நேற்றைய நினைவிலிருந்து
இன்று மீள எண்ணுகையில்
நேற்றையதை விட
இன்று புதிதாய் ஒன்று
நினைவுகளை மீண்டும்
கிளறியபடி........

உண்மையின் நினைவுகளை
முழுவதுமாய் மறப்பதற்கு
உண்மையில் முடிவதேயில்லை!...

கிளறிக் கிளறி
மீண்டும் மீண்டும்
ஈயம் கரைத்து
ஊற்றி ஊற்றிக்
காயப்படுத்தப்பட்ட
கனத்த இதயத்திற்கு

கிறுக்கல்கள் வெறும்
கணநேர மருந்துகளே!

கிறுக்கல்கள் ஒருபோதும்
கவிதைகள் ஆவதில்லை
நீ என்பது ஒரு போதும்
எனக்கு உரிமை ஆவதில்லை
என்பது நிலைக்கும் வரைக்கும்!.....

காலத்தின் கட்டாயத்தில்
மௌனமாக இருந்தாலும்
காலத்தின் போக்கில்
நிகழ்கின்ற சிலதை
ஏற்றுக் கொள்ள முடிவதே
இல்லை!......

நீ வந்ததையும்
நீ சென்றதையும்
ஏற்றுக் கொள்ள முடியாமல்
போனதைப் போல!.....

உந்தன் வார்த்தைகளோடு விடிந்து
உந்தன் வார்த்தைகளோடு முடிந்த
அந்த நாட்களின் ஸ்பரிசம் மீண்டும்!

ஏதோ ஒரு இடத்தில் சற்றும்
எதிர் பார்த்திராத தருணத்தில்
எதிர்ப்படும் உந்தன் வார்த்தைகளில்
என்றும் உயிர் நிலைத்து வாழும்
எந்தன் இச் சிறு இதயம்!

ஒற்றை நாள் முழுதும்
வாட்டி எடுத்துவிட்ட
வேதனைத் தழம்புகளில்
வேகி வெந்து கொண்டு
விறகாக தூக்கத்தை
விரட்டிக் கொடுத்து
வெறுத்த வேளையில்.....

சற்றும் எதிர்பாராத
பற்றும் நெருப்பில்
வருடும் தென்றலாய்
வந்து குதித்த உந்தன்
ஒற்றை வார்த்தையில்
காக்கப்பட்டது எந்தன்
நிம்மதியான உறக்கம்!

மின்சாரம் இல்லாத நேரங்கள்
மிக மெதுவாகப் போவதைப் போல

மின்சாரம் இல்லாத நேரங்கள்
மிக எரிச்சலைக் கொடுப்பதைப் போல

மின்சாரம் இல்லாத நேரங்கள்
முழு வெறுமையைக் கக்குவதைப் போல

மின்சாரம் இல்லாத நேரங்கள்
மிகுந்த வலி அளிப்பதைப் போல

நீ அருகில் இல்லாத நேரங்களும்
நெஞ்சத்தை ஏதேதோ செய்தபடி......

முன்னர் படித்த ஒன்று
அனுபவப் படுகையில்
முரணாய் அமையும் போதும்

முன்னர் படித்த ஒன்று
பின்னர் இன்னொரு இடத்தில்
வேறொன்றாய் உருமாறும் போதும்

கொஞ்சம் கூட ஏற்றுக் கொள்ள
முடியாததைப் போலவே

என்னால் இப்போதும்
ஏற்றுக் கொள்ள
முடியாமல் திணறுகின்ற
முறுகிய சிக்கல் நீ!

ஏதோ எங்கேயோ சிறைப்பட்டுக்
கொண்ட ஒரு உணர்வு.....

சுயம் எங்கோ மறைந்து
கைகளைக் கட்டிப்போட்டதாய்
ஏதோ ஒரு நெருடல்.......

ஒன்றோடு ஒன்றைப் போட்டுக்
குழப்புவதாகத் தோன்றும்
ஏதோ ஒரு சிக்கல்.....

எதற்காகவும் மாறாத சுயம்
சற்றுத் தடுமாறும் போது
நெஞ்சம் அழைப்பது
என்னவோ உன்னைத்தான்!

என்னை எனக்கு மீட்டுத் தந்த
உன்னால் தான் முடியும் அன்பே
மறையத் துடிக்கும் எந்தன் சுயத்தை
மீட்டு என்னிடம் கொடுத்துவிட.....

கருந்துளை இதயம் கொண்டு
காதல் அனைத்தையும் உன்னுள்
கட்டியிழுத்து வைத்துக் கொண்டு

கருந்தேள் வார்த்தைகள் கொண்டு
கண்ணால் அம்பு அனுப்பி வைத்து
கணத்துக்கணம் வலிக்கவே வைக்கும்

காதற் கனவே உந்தன் நினைவே
காலவோட்டத்தில் என்னை இயக்கும்
காந்தசக்தியின் அடுத்த பரிணாமம்!

முற்றும்

* 9 7 8 9 3 5 5 3 3 4 6 8 8 *

FCW - #0021 - 061026 - C0 - 216/140/14 - PB - 9789355334688 - Matt Lamination